- *Ang Sampung Utos* -

Ang Batas ng Diyos

Dr. Jaerock Lee

*"Kung Ako'y inyong minamahal
ay tutuparin ninyo ang Aking mga utos."*

(Juan 14:15)

Ang Batas ng Diyos ni Dr. Jaerock Lee
Inilathala ng Urim Books (Kinatawan: Sungnam Vin)
73, Yeouidaebang-ro 22-gil, Dongjak-gu, Seoul, Korea
www.urimbooks.com

Ang lahat ng Karapatan ay nakalaan. Ang aklat na ito o mga bahagi niyaon ay hindi maaaring ipalimbag sa anumang anyo, itago sa ibang mga nakukuhang sistema, o maisalin sa anumang anyo o sa anumang pamamaraan, elektroniks, mekanikal, pagkopya, pagrerecored, o sa makatuwid ng walang paunang sulat pahintulot ng taga-paglathala.

Ang lahat ng talata sa Biblia ay nagmula sa Ang Bagong ang Biblia, © Copyright 2001 Philippine Bible Society, maliban na lang kung mayroong ibang nakasulat.

Karapatang sipi © 2020 ni Dr. Jaerock Lee
ISBN: 979-11-263-0564-3 03230
Naisaling Siping May karapatan © 2011 ni Dr. Esther K. Chung, Ginamit nang may pahintulot.

Naunang Nailathala sa Koreano ng Mga Aklat ng Urim noong 2007

Unang Limbag Pebrero 2020

Sinuri ni Dr. Geumsun Vin
Dinesenyo ng Kagawarang Editoryal ng Mga aklat ng Urim
Nailimbag ng Palimbagang Kumpanya ng Prione
Para sa karagdagang impormasyon: urimbook@hotmail.com

Paunang Salita

Habang ako ay naglilingkod sa iglesya, nakakatanggap ako ng napakaraming mga tanong tulad ng "Nasaan ang Diyos?" o "Ipakita mo sa akin ang Diyos," o "Papaano ko makikilala ang Diyos?" Ganito ang mga uri ng tanong ng mga tao dahil hindi nila nalalaman kung paano makikilala ang Diyos. Ngunit ang daan para makilala ang Diyos ay mas madali kaysa sa iniisip natin. Makikilala natin ang Diyos sa simpleng pag-aaral lang ng Kanyang mga utos at pagsunod sa mga ito. Gayunman, kahit na alam ng mga tao ang katotohanang ito sa utak nila, bigo sila sa pagsunod sa mga utos dahil hindi nila nauunawaan ang espirituwal na kahalagahan ng bawat isang utos na nagmula sa malalim na pag-ibig ng Ama para sa atin.

Tulad ng isang taong nangangailangan ng tamang edukasyon bilang paghahanda sa pagharap sa lipunan, tayong mga anak ng Diyos ay nangangailangan din ng tamang edukasyon bilang paghahanda sa pagharap sa langit. Dito pumapasok ang mga batas ng Diyos. Ang mga batas ng Diyos, o ang Sampung Utos ng Diyos ay dapat ituro at maisabuhay ng bawat Cristiano. *Ang Batas ng Diyos* ay mga utos na nilikha ng Diyos para sa atin bilang daan para mapalapit sa Kanya, makatanggap ng mga sagot Niya, at para makapiling Niya. Sa madaling salita, ang pag-aaral ng *Ang Batas ng Diyos* ang tiket natin para makilala ang Diyos.

Noong 1446 B.C., pagkalisan ng mga Israelita sa Ehipto, nais ng Diyos na gabayan sila sa lupaing dinadaluyan ng gatas at pulot, kilala sa tawag na bayan ng Canaan. Upang mangyari ito, kailangang maunawaan ng mga Israelita ang kalooban ng Diyos, at dapat din nilang malaman ang kahulugan ng pagiging mga anak ng Diyos. Kaya buong pagmamahal na iniukit ng Diyos ang Sampung Utos na bumubuo ng lahat ng Kanyang mga batas sa dalawang tapyas ng bato (Exodo 24:12). Pagkatapos ay ibinigay Niya ito kay Moises para maturuan niya ang mga Israelita kung saan nais silang dalhin ng Diyos, at ito ay sa Kanyang harapan sa pamamagitan ng pagtuturo ng mga tungkulin bilang mga anak ng Niya.

Mga tatlumpung taon na ang nakakaraan pagkatapos kong

makilala ang buhay na Diyos, natutunan at sinunod ko ang Kanyang mga batas habang dumadalo sa iglesya at hinahanap ang bawat revival o pagpapasigla ng buhay-espirituwal na mahahanap ko. Nagsimula akong tumigil sa paninigarilyo at pag-inom ng alak, natutunan ko ang pangingilin tuwing araw ng Sabbath, paghahandog ng ikapu, pananalangin at iba pa. Sa isang maliit na notebook, nagsimula akong magsulat ng mga kasalanang hindi ko kaagad maiwaksi. Pagkatapos ay nanalangin at nag-ayuno ako, hiniling sa Diyos na tulungan akong sundin ang Kanyang mga utos. Bunga nito, ang mga pagpapalang natanggap ko ay kamangha-mangha!

Una, pinagpala ng Diyos ang aming pamilya, walang nagkasakit kahit na isa sa amin. Binigyan Niya kami ng napakaraming pinansiyal na pagpapala, dahil dito ay malaya kaming nakakapagtuon sa pagtulong sa mga nangangailangan. Panghuli, nagbuhos Siya ng espirituwal na pagpapala sa akin kaya nakakapanguna na ako ng pandaigidigang ministeryo na pang-ebanghelismo at pangmisyon.

Kapag natutunan mo na ang mga utos ng Diyos at susundin mo ang mga ito, hindi ka lang mananagana sa lahat ng aspeto ng buhay mo, makakaranas ka rin ng luwalhating kasing liwanag ng araw sa sandaling pumasok ka sa Kanyang walang hanggang kaharian.

Ang libro na ito, *Ang Batas ng Diyos,* ay mga tinipong serye ng mga sermon na nakabatay sa Kanyang salita, at ang inspirasyon tungkol sa "Ang Sampung Utos" na natanggap ko habang nag-aayuno at nananalangin sa simula ng aking ministeryo. Sa pamamagitan ng mga mensaheng ito, maraming mga mananampalataya ang nakaunawa sa pag-ibig ng Diyos, nagsimulang isabuhay ang Kanyang mga utos, kaya sumagana maging sa espirituwal at sa lahat ng aspeto ng kanilang mga buhay. Bukod pa diyan, maraming mga mananampalataya ang nakaranas tumanggap ng sagot sa bawat panalangin nila. Higit sa lahat, nagkaroon sila ng mas malaking pag-asa sa langit.

Kaya pag naunawaan mo ang espirituwal na kahalagahan ng Sampung Utos na tinatalakay sa libro na ito, at maunawaan ang malalim na pag-ibig ng Diyos na nagbigay sa atin ng Sampung Utos at nagpasiya tayong mamuhay na sumusunod sa Kanyang mga utos, tinitiyak kong tatanggap ka ng di kapani-paniwalang pagpapala mula sa Panginoon. Isinasaad sa Deuteronomio 28:1-2 na pagpapalain ka sa lahat ng panahon: *"Kung susundin mo ang tinig ng PANGINOON mong Diyos at maingat mong gagawin ang lahat ng Kanyang mga utos na aking iniuutos sa iyo sa araw na ito, itataas ka ng PANGINOON mong Diyos sa lahat ng mga bansa sa lupa; at ang lahat ng pagpapalang ito ay darating sa iyo at aabot sa iyo, kung iyong susundin ang tinig ng PANGINOON mong Diyos."*

Nais kong pasalamatan si Geumsun Vin, Direktor ng Editorial Bureau ng Urim Books, at ang kanyang mga tauhan dahil sa kanilang hindi mapapantayang dedikasyon at hindi matatawarang kontribusyon sa pagbubuo ng libro na ito. Idinadalangin ko rin sa pangalan ng Panginoon na lahat ng taong makakabasa ng libro na ito ay madaling mauunawaan ang batas ng Diyos, at susunod sa Kanyang mga utos upang maging mas kaibig-ibig at sa gayon ay higit na pinagpalang anak ng Diyos!

Jaerock Lee

Pambungad

Iniaalay namin sa Diyos Ama ang lahat ng luwalhati dahil niloob Niyang tipunin namin sa librong ito, *Ang Batas ng Diyos,* ang pag-aaral ng Sampung Utos, na naglalaman ng puso at kalooban Niya.

Una, "Ang Pag-ibig ng Diyos na Nakapaloob sa Sampung Utos," ay nagdudulot sa mambabasa ng kinakailangang impormasyon tungkol sa Sampung Utos. Sinasagot nito ang katanungang "Ano Ba Talaga ang Sampung Utos?" Ipinapaliwanag din ng kabanatang ito na ibinigay sa atin ang Sampung Utos dahil mahal Niya tayo, at nais Niya tayong pagpalain nang lubos. Kaya kapag sinusunod natin ang bawat utos sa pamamagitan ng kapangyarihan ng pag-ibig ng Diyos, matatanggap natin ang lahat ng pagpapalang inihanda Niya para sa atin.

Sa "Ang Unang Utos," matututunan natin na kung iniibig ng sinuman ang Diyos, madali niyang masusunod ang Kanyang mga utos. Tinatalakay din ng kabanatang ito ang katanungan kung bakit ang unang utos ng Diyos ay 'huwag magkakaroon ng ibang diyos sa harap Niya.'

Sa "Ang Ikalawang Utos," tinatalakay ang halaga ng hindi kailanman pagsamba sa mga diyos-diyosan — o maging sa espirituwal na diwa — ang pagkakaroon ng bagay na mas minamahal kaysa sa Diyos. Dito ay matututunan din natin ang mga espirituwal na resulta kapag sumasamba tayo sa diyos-diyosan at kung hindi tayo sumasamba, ang mga tukoy na pagpapala at sumpa na dadating sa ating mga buhay.

Ang kabanata sa "Ang Ikatlong Utos" ay nagpapaliwanag kung ano ang kahulugan ng walang kabuluhang pagbanggit sa pangalan ng PANGINOON, at kung ano ang dapat gawin upang maiwasan ito.

Sa "Ang Ikaapat na Utos," matututunan natin ang tunay na kahulugan ng "Sabbath," at kung bakit ang Sabado ay napalitan ng Linggo, at ang paglipat mula sa Lumang Tipan papunta sa Bagong Tipan. Ipinapaliwanag din ng kabanatang ito kung papaano pananatilihing banal ito sa tatlong iba't ibang pamamaraan. Ipinaparating din ng kabanatang ito ang mga kondisyon kung kailan maaaring pumalya dito — kung kailan ang pagtatrabaho at pagnenegosyo sa araw ng Sabbath ay maaaring payagan.

Sa "Ang Ikalimang Utos" ay detalyadong ipinapaliwanag ang paggalang sa mga magulang sa maka-Diyos na pamamaraan. Matututunan din natin kung ano ang kahulugan ng paggalang sa Diyos na Ama ng ating mga espiritu, ano ang uri ng pagpapala ang matatatnggap natin kung pararangalan natin ang Diyos, at ang ating mga magulang sa laman, sa Kanyang katotohanan.

Ang kabanata sa "Ang Ikaanim na Utos"ay may dalawang bahagi: ang unang bahagi ay nakatuon sa kasalanang pagpatay, at ang pangalawang bahagi ay may espirituwal na paliwanag, ang pagpatay sa puso o isipan. Maraming mananampalataya ang nagkakasala sa paraang ito, na bihirang mapagtanto na nagkakasala na sila.

"Ang Ikapitong Utos" ay tungkol sa pisikal na pangangalunya at ang pangangalunya sa puso at isip, na siyang mas nakakatakot. Tinatalakay din dito ang espirituwal na kahalagahan kung ginawa mo ang kasalanang ito, ang proseso ng pananalangin at pag-aayuno, na maaaring maiwaksi ang kasalanang ito sa tulong ng Banal na Espiritu at biyaya at kapangyarihan ng Diyos.

"Ang Ikawalong Utos" ay naglalarawan ng pisikal na

kahulugan ng pagnanakaw, gayon din ng espirituwal na kahulugan nito. Ipinapaliwanag din ng kabanatang ito kung paano nagkakasala ng pagnanakaw sa Diyos kapag hindi nakakapaghandog ng ikapu at pag-aalay, o kahit ang hindi tamang paghawak sa salita ng Diyos.

"Ang Ikasiyam na Utos" ay tungkol sa tatlong iba't ibang uri ng pagbibigay ng maling patotoo, o pagsisinungaling. Binibigyang-diin din ng kabanatang ito kung paano maaalis ang ugat ng pandaraya sa puso sa pamamagitan ng pagpupuno sa puso ng katotohanan.

"Ang Ikasampung Utos" ay nagpapaliwanag sa mga panahong nagkakasala tayo dahil sa pang-iimbot sa kapwa. Matututunan din natin na ang tunay na pagpapala ay kapag ang kaluluwa natin ay sumasagana, dahil dito, matatanggap natin ang pagpapalang masagana sa lahat ng bahagi ng ating buhay.

Sa kahuli-hulihang kabanata, "Ang Batas ng Pananatili sa Diyos," matututunan natin na sa pag-aaral ng ministeryo ni Jesu-Cristo na natupad ang Batas na may kalakip na pag-ibig, dapat tayong magkaroon ng pag-ibig para matupad natin ang salita ng Diyos. Matututunan din natin ang uri ng pag-ibig na lumalampas pa sa katarungan o katuwiran.

Umaasa akong ang pahayag na ito ay makakatulong sa iyo

para maliwanagan ka sa espirituwal na kahalagahan ng Sampung Utos. At habang sinusunod mo ang utos ng PANGINOON, nawa'y manatili ka sa liwanag ng presensya Niya. Dumadalangin din ako sa pangalan ng ating Panginoon na habang tinutupad mo ang Kanyang batas, dadating ka sa punto ng buhay espirituwal mo na ang mga panalangin mo ay masasagot, at ang Kanyang mga pagpapala ay aapaw sa lahat ng bahagi ng buhay mo!

Geumsun Vin
Direktor, Editorial Bureau

Nilalaman

Paunang Salita

Pendahuluan

Kabanata 1
Ang Pag-Ibig ng Diyos na Nakapaloob sa Sampung Utos   1

Kabanata 2   Ang Unang Utos
"Huwag Kang Magkakaroon Ng Ibang Diyos Sa Harap Ko"   13

Kabanata 3   Ang Ikalawang Utos
"Huwag Kang Gagawa Para Sa Iyong Sarili Ng Diyos-Diyosan O Sasambahin Ito"   31

Kabanata 4   Ang Ikatlong Utos
"Huwag Mong Babanggitin Ang Pangalan Ng PANGINOON Mong Diyos Sa Walang Kabuluhan"   53

Kabanata 5   Ang Ikaapat na Utos
"Alalahanin Mo Ang Araw Ng Sabbath, Upang Ingatan Itong Banal"   71

Kabanata 6   Ang Ikalimang Utos
"Igalang Mo Ang Iyong Ama At Ang Iyong Ina"   91

Kabanata 7 Ang Ikaanim na Utos
"Huwag Kang Papatay" 105

Kabanata 8 Ang Ikapitong Utos
"Huwag Kang Mangangalunya" 121

Kabanata 9 Ang Ikawalong Utos
"Huwag Kang Magnanakaw" 139

Kabanata 10 Ang Ikasiyam na Utos
"Huwag Kang Magiging Sinungaling Na Saksi Laban
Sa Iyong Kapwa" 155

Kabanata 11 Ang Ikasampung Utos
"Huwag Mong Iimbutin Ang Bahay Ng Iyong Kapwa" 169

Kabanata 12
Ang Batas ng Pananatili sa Diyos 185

Kabanata 1

Ang Pag-Ibig ng Diyos na Nakapaloob sa Sampung Utos

Exodo 20:5-6

"Huwag mo silang yuyukuran, o paglingkuran man sila; sapagkat akong PANGINOON mong Diyos ay Diyos na mapanibughuin, na Aking pinarurusahan ang mga anak dahil sa kasamaan ng mga magulang hanggang sa ikatlo at ikaapat na salinlahi ng mga napopoot sa Akin; ngunit pinagpapakitaan Ko ng wagas na pag-ibig ang libu-libong umiibig sa Akin at tumutupad ng Aking mga utos."

Apat na libong taon na ang nakakaraan, pinili ng Diyos si Abraham bilang ama ng pananampalataya. Pinagpala ng Diyos si Abraham at nakipagtipan sa kanya, pinangakuan siya ng mga inapo "na gaya ng mga bituin sa langit at mga buhangin sa baybayin ng dagat."

At sa Kanyang itinakdang panahon, buong katapatang itinatag ng Diyos ang bansang Israel sa pamamagitan ng labindalawang anak ng apo ni Abraham, si Jacob. Sa ilalim ng pangangalaga ng Diyos, lumipat si Jacob at ang kanyang mga anak sa Ehipto upang maiwasan ang taggutom at nanirahan sila doon sa loob ng 400 taon. Ang lahat ng ito ay bahagi ng mapagmahal na plano ng Diyos para maprotektahan sila sa pagsalakay ng mga bansang Hentil para sila ay lumago at maging mas higit na malakas na bansa.

Ang pamilya ni Jacob ay lumaki mula sa pitumpung tao — nang simula silang lumipat sa Ehipto — hanggang sa napakalaking bilang na maaari nang magtatag ng isang bansa. Habang ang bansang ito ay lumalakas, pumili ang Diyos ng isang tao, si Moises, upang maging lider ng mga Israelita. Pagkatapos ay ginabayan ng Diyos ang mga taong ito sa Lupang Pangako ng Canaan, ang lupaing dinadaluyan ng gatas at pulot.

Ang Sampung Utos ay ang mapagmahal na mga salita na ibinigay ng Diyos sa mga Israelita habang ginagabayan sila sa Lupang Pangako.

Upang makapasok ang mga Israelita sa pinagpalang lupain

ng Canaan, dapat silang makapasa sa dalawang kwalipikasyon: kailangan silang magkaroon ng pananalig sa Diyos; at kailangan nilang sumunod sa Kanya. Gayon pa man, kung wala silang batayan para sa kanilang pananalig at pagsunod, hindi nila mauunawaan ang kahulugan ng pagkakaroon ng pananalig at kung paano maging masunurin. Kaya ibinigay ng Diyos ang Sampung Utos sa pamamagitan ng lider nilang si Moises.

Ang Sampung Utos ay listahan ng mga alituntunin na dapat pagbatayan ng mga tao para sundin, ngunit hindi sila sapilitang pinasunod ng Diyos sa mga utos na ito. Pagkatapos lang na ipamalas sa kanila at ipadanas sa kanila ang Kanyang mapaghimalang kapangyarihan — sa pagpapadala ng sampung salot sa Ehipto, paghahati ng Dagat na Pula, pagpapalit ng matamis na lasa sa mapait na tubig sa Mara, pagpapakain sa mga Israelita ng manna at pugo — noon lang Niya ibinigay ang Sampung Utos para sundin.

Ang pinakamahalagang impormasyon ay ito: bawat salita ng Diyos, kasama na ang Sampung Utos, ay hindi lang para sa mga Israelita kundi para sa lahat ng sumasampalataya sa Kanya sa ngayon, isang higit na madaling daan upang tumanggap ng Kanyang pag-ibig at pagpapala.

Ang Puso Ng Diyos Na Nagbigay Ng Mga Utos

Habang pinapalaki ang mga anak, hindi mabilang na mga

alituntunin ang itinuturo ng mga magulang sa kanila; tulad ng "Dapat kang maghugas ng kamay pagkatapos mong maglaro sa labas," o "Dapat kang laging magkumot kapag natutulog ka," o "Huwag na huwag kang tatawid kapag pula ang ilaw ng signal sa tawiran."

Hindi pinauulanan ng mga magulang ng mga alituntunin ang mga anak nila para sila pahirapan. Tinuturuan nila ang mga anak dahil mahal nila ang mga ito. Normal sa mga magulang na gustong bigyan ng proteksyon ang mga anak sa mga sakit at panganib, para maging ligtas sila, at para matulungan silang mamuhay ng payapa sa buong buhay nila. Ito rin ang dahilan kung bakit ibinigay ng Diyos ang Sampung Utos sa atin na mga anak Niya: dahil mahal Niya tayo.

Sa Exodo 15:26, sinasabi ng Diyos, *"Kung iyong diringgin ng buong tiyaga ang tinig ng PANGINOON mong Diyos, at iyong gagawin ang matuwid sa Kanyang mga mata, at iyong susundin ang Kanyang mga utos, at iyong tutuparin ang lahat ng Kanyang mga batas, wala Akong ilalagay na karamdaman sa iyo, na gaya ng inilagay Ko sa mga Ehipcio; sapagkat Ako ang PANGINOON na nagpapagaling sa iyo."*

Sa Levitico 26:3-5, sinasabi Niya, *"Kung susundin ninyo ang Aking mga tuntunin at tutuparin ninyo ang Aking mga utos, at gagawin ang mga iyon, ay bibigyan Ko kayo ng ulan sa kanilang kapanahunan, at ang lupain ay magbibigay ng kanyang ani, at ang mga kahoy sa parang ay magbubunga. Ang inyong paggiik ay aabot hanggang sa pag-aani ng mga ubas, at ang pag-aani ng ubas ay aabot sa panahon ng paghahasik; at kakainin ninyo ang inyong pagkain hanggang magkaroon kayo ng sapat at mabubuhay kayong tiwasay sa inyong lupain."*

Ibinigay sa atin ang mga utos upang malaman natin kung paano natin Siya makikilala, matatanggap ang Kanyang mga pagpapala at ang mga sagot sa ating mga panalangin, at sa bandang huli ay mamuhay na may kapayapaan at kaligayahan.

Isa pang dahilan kung bakit kailangan nating sundin ang batas ng Diyos, kasama na ang Sampung utos, ay dahil sa makatuwirang batas sa espirituwal na mundo. Katulad din na ang bawat bansa ay may sariling mga batas, ang kaharian ng Diyos ay mayroon ding mga espirituwal na batas na itinatag ng Diyos. Kahit pa ang Diyos ang lumikha ng sansinukob at Siya ang Manlilikha na may hawak ng buhay, kamatayan, mga sumpa, at mga biyaya, hindi Siya diktador. Kaya nga kahit na Siya ang Lumikha ng mga batas, mismong Siya ay sumusunod sa mga batas na ito.

Katulad ng pagsunod natin sa mga batas ng ating bansa, kung tinanggap na natin si Jesu-Cristo bilang Tagapagligtas at tayo'y mga anak na ng Diyos kung kaya't mamamayan na ng Kanyang kaharian, dapat lang na sumunod tayo sa mga batas ng Diyos at ng Kanyang kaharian.

Nasusulat sa 1 Mga Hari 2:3 ang ganito, *"Ingatan mo ang*

bilin ng PANGINOON mong Diyos. Lumakad ka sa Kanyang mga daan, at ingatan ang Kanyang mga tuntunin, mga utos, mga batas, at mga patotoo, ayon sa nasusulat sa kautusan ni Moises, upang ikaw ay magtagumpay sa lahat ng iyong ginagawa, at maging saan ka man bumaling."

Ang kahulugan ng pananatili sa batas ng Diyos ay pagsunod sa salita ng Diyos, kasama na ang Sampung Utos, na nasusulat sa Biblia. Kapag ikaw ay sumusunod sa mga batas na ito, makakatanggap ka ng proteksyon ng Diyos at mga pagpapala at sasagana ka saan ka man pumaroon.

Sa kabilang banda naman, kapag hindi mo sinunod ang batas ng Diyos, ang kaaway na si Satanas ay may karapatang magdala ng mga tukso at pagpapahirap sa iyo, kaya hindi ka bibigyan ng proteksyon ng Diyos. Ang paggawa ng kasalanan ay paglabag sa utos ng Diyos, kaya ito ay pagiging alipin ng kasalanan at ni Satanas, na sa bandang huli ay dadalhin ka sa impiyerno.

Nais Ng Diyos Na Pagpalain Tayo

Kaya ang pinakadahilan kung bakit ibinigay sa atin ang Sampung Utos ay iniibig Niya tayo at nais Niya tayong pagpalain. Maliban sa pagnanais Niyang makaranas tayo ng walang hanggang pagpapala sa langit, nais din Niyang tumanggap tayo ng Kanyang mga pagpapala dito sa lupa at maging masagana sa anumang gawin natin. Kapag napagtanto natin ang pag-ibig na ito ng Diyos, magiging mapagpasalamat na lang tayo sa Diyos dahil binigyan Niya tayo ng mga utos at magiging masaya tayo sa pagsunod nito.

Makikita natin na kapag natanto ng mga anak kung gaano sila kamahal ng kanilang mga magulang, sinisikap nilang masunod ang mga ito. Kahit na hindi nila nasunod ang kanilang mga magulang at sila ay nadisiplina, dahil nauunawaan nila na nangyayari ito dahil minamahal sila, maaari nilang sabihin, "Nanay/Tatay, sa susunod ay magbabait na ako," at tatakbo sila sa mga bisig ng magulang. At habang sila ay lumalaki at nagkakaroon ng mas malalim na pag-unawa sa pagmamahal ng kanilang magulang at malasakit sa kanila, susunod na ang mga anak sa mga turo ng magulang para maging maligaya sila.

Ang tunay na pagmamahal ng mga magulang ang nagbibigay ng kapangyarihan sa mga anak para sumunod. Katulad din ito ng pagsunod natin sa salita ng Diyos na nakatala sa Biblia. Sinisikap ng mga tao na sumunod sa mga utos sa oras na maunawaan nila na gayon na lamang ang pag-ibig ng Diyos sa atin na ibinigay Niya ang Kanyang bugtong na Anak, si Jesu-Cristo, upang mamatay sa krus para sa atin.

Sa katotohanan, kung gaano kalaki ang pananalig natin na si Jesu-Cristo na walang kasalanan ay tumanggap ng lahat ng pag-uusig sa pagkamatay Niya sa krus dahil sa ating mga kasalanan, ganoon kalaki ang kagalakan na mayroon tayo sa pagsunod sa mga utos na ito.

Ang Mga Pagpapalang Natatanggap Natin Kapag Tayo'y Sumusunod Sa Kanyang Mga Utos

Ang ating mga ama ng pananampalataya na sumunod sa bawat salita ng Diyos at namuhay nang naaayon sa Kanyang mga utos ay tumanggap ng malalaking pagpapala at niluwalhati ang Diyos Ama ng buong puso nila. At ngayon, nililiwanagan tayo ng walang hanggang liwanag ng katotohanan na hindi kailanman nauupos.

Sina Abraham, Daniel at apostol Pablo ay ilan sa mga lalaki ng pananampalataya. Magpahangga ngayon, mayroon pa ring mga tao ng pananampalataya na patuloy na ginagawa ang mga ginawa ng mga taong ito.

Halimbawa, ang panglabing-anim na presidente ng Estados Unidos, si Abraham Lincoln, ay siyam na buwan lang nakapag-aral subalit dahil sa kanyang kapuri-puring ugali at kagandahang asal, minamahal at iginagalang ng maraming tao ngayon. Ang ina ni Abraham na si Nancy Hanks Lincoln ay namatay noong siyam na taon lamang si Abraham, ngunit noong nabubuhay pa siya ay tinuruan niya itong magsaulo ng maiiksing talata mula sa Biblia at sundin ang mga utos ng Diyos.

At nang alam na niya na mamamatay siya, tinawag niya ang anak at nag-iwan ng huling mga salita: "Nais kong mahalin mo ang Diyos at sundin ang Kanyang mga utos." Habang nagkakaedad si Abraham Lincoln, naging sikat na pulitiko siya, at binago ang kasaysayan dahil sa kilusang itinatag niya para buwagin ang pang-aalipin. Ang animnapu't anim na libro ng Biblia ay nanatiling nasa tabi niya. Para sa mga taong katulad ni Lincoln na malapit sa Diyos at sumusunod sa Kanyang salita, palaging ipinamamalas ng Diyos sa kanila ang katunayan ng Kanyang pag-ibig.

Hindi pa nagtatagal mula noong itatag ko ang aming iglesya, dumalaw ako sa mag-asawang matagal nang kasal ngunit hindi magkaanak. Sa pamamagitan ng gabay ng Banal na Espiritu, nanguna ako sa pagsamba at binasbasan ang mag-asawa. Pagkatapos ay hiniling ko sa kanilang gawing banal ang araw ng Sabbath sa pagsamba sa Diyos tuwing Linggo, mag-ikapu, at sundin ang Sampung Utos.

Ang mag-asawang ito na bagong mananampalataya ay nagsimulang dumalo sa pagsamba tuwing Linggo at nagbigay ng ikapu ng naaayon sa utos ng Diyos. Bilang bunga, tumanggap sila ng pagpapala ng pagkakaroon ng anak, at nagkaroon ng malulusog na anak. Hindi lang iyan, tumanggap din sila ng malaking pinansiyal na pagpapala. Sa ngayon, ang asawang lalaki ay naglilingkod bilang matanda ng iglesya, at ang buong pamilya ay malaki ang ibinibigay na suporta sa pagtulong at sa ebanghelismo.

Ang pagsunod sa utos ng Diyos ay katulad ng pagdadala ng ilawan sa napakadilim na lugar. Kapag mayroon tayong maliwanag na ilawan, hindi tayo mag-aalalang matisod sa isang bagay sa dilim. Ganoon din kapag ang Diyos na Siyang liwanag ay kasama natin, iniingatan Niya tayo sa lahat ng mga sitwasyon, at natatamasa natin ang mga pagpapala at kapangyarihan na nakalaan lang sa mga anak ng Niya.

Ang Susi Sa Pagtanggap Ng Lahat Ng Hinihiling Mo

Isinasaad sa 1 Juan 3:21-22, *"Mga minamahal, kung tayo'y hindi hinahatulan ng ating puso, tayo ay may kapanatagan sa harapan ng Diyos; at anumang ating hingin ay tinatanggap natin mula sa Kanya, sapagkat tinutupad natin ang Kanyang mga utos at ginagawa natin ang mga bagay na kalugud-lugod sa Kanyang harapan."*

Hindi ba't napakagandang malaman na basta susunod tayo sa mga utos na nakasulat sa Biblia at gagawin ang nakalulugod sa Diyos, maaari tayong buong tapang na humiling sa Kanya at sasagutin Niya tayo? Tiyak na magagalak ang Diyos, na tinitingnan ng Kanyang madamdaming mga mata ang mga masunuring anak at nasasagot ang bawat panalangin, ng naaayon sa batas ng espirituwal na mundo!

Kaya nga ang Sampung Utos ng Diyos ay katulad ng isang libro ng pag-ibig na nagtuturo sa atin ng pinakamagandang paraan para makatanggap ng pagpapala ng Diyos habang pinagyayaman dito sa mundo. Ang mga Utos ay nagtuturo sa atin kung paano makakaiwas sa mga kalamidad at delubyo at kung paano tayo makakatanggap ng mga pagpapala.

Hindi ibinigay sa atin ang mga utos upang parusahan ang hindi sumusunod dito kundi para matamasa natin ang walang hanggang pagpapala sa Kanyang napakagandang kaharian sa langit sa pagsunod ng Kanyang utos (1 Kay Timoteo 2:4). Kapag nararamdaman at nauunawaan mo ang puso ng Diyos at namumuhay sa Kanyang mga utos, makakatanggap ka ng mas malaking pag-ibig mula sa Kanya.

Bukod pa diyan, habang masusi mong pinag-aaralan ang bawat utos, at sinusunod nang buong puso sa lakas na ibinibigay ng Diyos sa iyo, matatanggap mo ang mga pagpapalang nais mong tanggapin mula sa Kanya.

Kabanata 2

Ang Unang Utos

"Huwag Kang Magkakaroon Ng Ibang Diyos Sa Harap Ko"

Exodo 20:1-3

Binigkas ng Diyos ang lahat ng salitang ito, na sinasabi, "Ako ang PANGINOON mong Diyos na naglabas sa iyo sa lupain ng Ehipto, mula sa bahay ng pagkaalipin. Huwag kang magkakaroon ng ibang mga diyos sa harap ko."

Ang dalawang taong nagmamahalan ay nakakadama ng galak kapag sila ay magkasama. Kaya ang magsing-irog ay hindi nakakadama ng ginaw kapag magkasama kahit na sa gitna ng tag-lamig. Kaya nagagawa nila ang kahit na anong ipagawa ng isa't isa, kahit na napakahirap gawin nito basta mapasaya nila ang isa't isa. Kahit na magsakripisyo pa, masaya silang may nagagawa para sa isa't isa, at nasisiyahan sila kapag nakikita nila ang galak sa mukha ng isa.

Katulad ito ng pagmamahal natin sa Diyos. Kung totoong mahal natin ang Diyos, ang pagsunod sa Kanyang mga utos ay hindi dapat maging pabigat; kundi dapat itong maghatid sa atin ng kagalakan.

Ang Sampung Utos Na Dapat Sundin Ng Mga Anak Ng Diyos

Sa panahon ngayon, sinasabi ng mga taong tinatawag ang sarili nilang mananampalataya ang ganito: "Paano natin masusunod ang lahat ng Sampung Utos ng Diyos?" Bale sinasabi nila na dahil hindi naman perpekto ang tao, walang paraan para masunod natin ang Sampung Utos. Maaari lang natin itong subukang masunod.

Ngunit sa 1 Juan 5:3, isinasaad ang ganito, *"Sapagkat ito ang pag-ibig sa Diyos, na ating tuparin ang Kanyang mga utos at ang Kanyang mga utos ay hindi pabigat."* Ibig sabihin, ang patunay na mahal natin ang Diyos ay ang pagtupad sa Kanyang utos, at ang Kanyang mga utos ay kaya nating sundin at hindi pabigat.

Sa panahon ng Lumang Tipan, kinailangang masunod ng mga tao ang mga utos sa sarili nilang kalooban at lakas. Ngunit sa ngayon, sa panahon ng Bagong Tipan, ang sinumang tatanggap kay Jesu-Cristo bilang Tagapagligtas ay tumatanggap din ng Banal na Espiritu na tumutulong sa kanya para masunod ito.

Ang Banal na Espiritu ay kaisa ng Diyos, at bilang puso ng Diyos, tungkulin ng Banal na Espiritu na tumulong sa mga anak ng Diyos. Kaya nga may mga panahong ang Banal na Espiritu ay namamagitan para sa atin, inaaliw tayo, ginagabayan ang ating mga kilos, at ibinubuhos ang pag-ibig ng Diyos sa atin upang mapaglabanan natin ang kasalanan, hanggang sa puntong maibuhos ang dugo, at makakilos nang naaayon sa kalooban ng Diyos (Mga Gawa 9:31, 20:28; Mga Taga-Roma 5:5, 8:26).

Kapag natanggap natin ang kalakasang ito mula sa Banal na Espiritu, mauunawaan natin nang malaliman ang pag-ibig ng Diyos na ibinigay ang bugtong na Anak. Sa gayon ay madali na nating masusunod ang hindi natin makayang sundin sa sarili nating kalooban at lakas. May mga taong nagsasabing mahirap tuparin ang mga utos ng Diyos at hindi man lang sumusubok na sundin ang mga ito. At nagpapatuloy silang mamuhay sa gitna ng kasalanan. Ang mga taong ito ay hindi talaga nagmamahal sa Diyos mula sa kaibuturan ng kanilang mga puso.

Isinasaad sa 1 Juan 1:6, *"Kung sinasabi nating tayo'y may pakikisama sa Kanya, at tayo'y lumalakad sa kadiliman, nagsisinungaling tayo at hindi natin ginagawa ang katotohanan"* at sa 1 Juan 2:4, *"Ang nagsasabing, 'Kilala ko Siya,' ngunit hindi tinutupad ang Kanyang mga utos, ay sinungaling, at ang katotohanan ay wala sa kanya."*
Kung ang salita ng Diyos na siyang katotohanan at binhi ng buhay ay nasa isang tao, hindi siya magkakasala. Magagabayan siyang mamuhay sa katotohanan. Kaya kung may nagsasabing sumasampalataya siya sa Diyos ngunit hindi sumusunod sa Kanyang mga utos, ibig sabihin ay wala sa kanya ang katotohanan, at siya ay nagsisinungaling sa harapan ng Diyos.

Kung gayon, ano ang pinakaunang utos na dapat sundin ng mga anak ng Diyos, na siyang magpapatunay ng kanilang pag-ibig sa Kanya?

"Huwag Kang Magkakaroon Ng Ibang Diyos Sa Harap Ko"

Ang "Ka" dito ay tumutukoy kay Moises, na siyang direktang tumanggap ng Sampung Utos mula sa Diyos; sa mga Israelita na siyang tumanggap sa mga utos sa pamamagitan ni Moises;

at sa lahat ng mga anak ng Diyos sa panahong ito na naligtas sa pangalan ng Panginoon. Ano sa palagay mo kung bakit iniutos ng Diyos sa Kanyang bayan na hindi dapat maglagay ng ibang diyos sa harapan Niya bilang unang utos?

Dahil ang Diyos lamang ang natatanging tunay, kaisa-isang Diyos, ang Diyos sa lahat ng dako na Manlilikha ng sansinukob. At tanging ang Diyos lamang ang may kapangyarihan sa sansinukob, sa kasaysayan ng sangkatauhan, sa buhay at kamatayan, at Siya ang nagbibigay ng tunay na buhay at walang hanggang buhay sa tao.

Ang Diyos ang nagligtas sa atin mula sa pagkaalipin ng kasalanan sa mundong ito. Kaya maliban sa nag-iisa at natatanging Diyos, hindi tayo dapat naglalagay sa puso natin ng ibang diyos.

Subalit maraming mga mangmang ang lumalayo sa Diyos at ginugugol nila ang kanilang oras sa pagsamba sa maraming diyos-diyosan. May mga sumasamba sa imahe ni Buddha, na hindi man lang makapikit, may ibang sumasamba sa mga bato, sa mga lumang punungkahoy, at may ibang humaharap sa North Pole at sinasamba ito.

May ibang taong sumasamba sa kalikasan at tumatawag ng mga pangalan ng napakaraming mga diyos-diyosan sa pamamagitan ng pag-iidolo sa mga patay na tao. Bawat lahi at bawat bansa ay may kanya-kanyang mga diyos-diyosan. Sa bansang Hapon lang, sinasabi nilang napakarami nilang diyos-

diyosan, umaabot sa walong milyon.

Ano sa palagay mo kung bakit umuukit ang mga tao ng mga diyos-diyosan at sinasamba nila ito? Dahil ito sa paghahanap nila ng paraan para sila ay maaliw, o kaya ay sinusunod lang nila ang kanilang mga ninuno sa lumang kaugalian na nagkataong may kamalian. O kaya naman ay mayroon silang makasariling pagnanasa na tumanggap ng mas maraming biyaya o mas higit na yaman sa pagsamba sa maraming diyos-diyosan.

Ngunit dapat nating gawing maliwanag na bukod sa Diyos na Manlilikha, walang ibang diyos na may kapangyarihang magbigay ng pagpapala, o makapagliligtas sa atin.

Mga Patunay Sa Kalikasan Tungkol Sa Diyos Na Manlilikha

Nasusulat sa Mga Taga Roma 1:20, *"Mula pa nang likhain ang sanlibutan, ang Kanyang walang hanggang kapangyarihan at pagka-Diyos, bagaman hindi nakikita, ay naunawaan at nakita sa pamamagitan ng mga bagay na Kanyang ginawa, upang wala silang maidadahilan."* Kung titingnan natin ang mga prinsipyo ng sansinukob, makikita natin na may isang di mapasusubaliang Manlilikha, may nag-iisang Diyos na Manlilikha.

Halimbawa, kapag titingnan natin ang sangkatauhan sa mundo, lahat ng tao ay may magkakaparehong porma at katungkulan. Kahit ang tao ay itim o puti man, kahit na ano pang lahi nila, o kung saang bansa sila nanggaling, mayroon silang dalawang mata, dalawang tainga, isang ilong, at isang bibig, na matatagpuan sa magkakaparehong lugar ng mukha. Bukod diyan, ganito din ang hitsurang makikita sa mga hayop.

Ang mga elepante ay may mahabang ilong. Ngunit pansinin ang nag-iisang mahabang ilong, at ang dalawang butas ng ilong. Ang mga kuneho na may mahahabang tainga, at ang mababangis na leon ay may magkakatulad na bilang ng mga mata, bibig, at tainga na makikita sa kanilang mukha, katulad ng sa tao. Hindi mabilang na mga nilikha katulad ng mga hayop, isda, ibon, at kahit mga insekto — bukod sa mga espesyal na katangian na siyang nagpapaiba sa kanila — ay may magkakatulad na porma sa katawan at katungkulan. Ito ay patunay na may nag-iisang manlilikha.

Ang mga natural na kababalaghan ay nagpapatunay na may Diyos na Manlilikha. Minsan sa isang araw, ang mundo ay umiikot sa kanyang axis, at minsan sa isang taon, umiikot ito sa paligid ng araw, at minsan sa isang buwan, ang buwan ay umiikot sa mundo. Dahil sa pag-ikot-ikot na ito, regular tayong nakakaranas ng mga natural na pangyayari. Mayroon tayong gabi at araw, at apat na magkakaibang panahon. Mayroon tayong high tide at low tide (kati), at dahil sa pabago-bagong temperatura, nakakaranas tayo ng pabago-bagong panahon sa kapaligiran.

Ang kinalalagyan at pagkilos ng mundo ang dahilan kaya ang planetang ito ay isang perpektong tahanan para mabuhay ang sangkatauhan, at ang iba pang uri ng organismo. Ang distansiya ng araw at mundo ay hindi lumalapit o lumalayo. Ito ay nananatiling perpekto sa simula pa lang ng panahon. At ang pag-ikot ng mundo sa paligid ng araw ay noon pa nagaganap, na wala man lamang katiting na pagkakamali.

Dahil ang sansinukob ay nilikha at kumikilos sa ilalim ng karunungan ng Diyos, maraming mga bagay na hindi sukat maisip ng tao ang nangyayari sa araw-araw.

Sa maliwanag na mga patunay na ito, walang maaaring magbigay ng dahilang katulad nito sa huling araw ng paghuhukom, "Hindi ako naniwala dahil hindi ko alam na may Diyos pala."

Isang araw, hiniling ni Sir Isaac Newton sa isang mahusay na mekaniko na gumawa ng isang sopistikadong modelo ng solar system (sistema ng pag-ikot ng araw at mga planeta). Pagkatapos, binisita siya ng isang kaibigang hindi naniniwalang may Diyos. At nakita nito ang modelo ng solar system. Ipinihit niya ang buton at isang kamangha-manghang pangyayari ang naganap. Bawat isang planeta ay nagsimulang umikot sa araw sa magkakaibang bilis!

Hindi naitago ng kaibigan ang pagkamangha, at sinabi,

"Napakahusay ng modelong ito! Sinong gumawa nito?" Ano sa palagay mo ang isinagot ni Newton? Sinabi niya, "Ah, walang gumawa nito. Basta na lang ito nabuo."

Pakiramdam ng kaibigan na nagbibiro lang si Newton, at sumagot, "Ano?! Akala mo ba mangmang ako? Papaanong ang isang detalyadong modelong katulad nito ay basta na lang susulpot nang ganito?"

Sumagot si Newton, "Nakikipagtalo ka sa simpleng modelong ito, na hindi lang basta mabubuo nang walang nagdisenyo o gumawa. Ngayon, papaano mo maipapaliwanag sa isang taong naniniwalang ang tunay na solar system na napakakomplikado at napakalawak ay basta na lang sumulpot nang walang lumilikha?"

Ito ang isinulat ni Newton sa kanyang libro na *The Philosophiæ Naturalis Principia Mathematica*, na ang kahulugan ay "Mathematical Principles of Natural Philosophy" (Mga Tuntuning Pang-Matematika ng Natural na Pilosopiya), na madalas ding tawaging Principia: "Itong napakagandang sistema ng araw, mga planeta, at mga kometa ay manggagaling lamang sa isip at pamamahala ng isang matalino at makapangyarihang "Tao" (Being)...Siya (ang Diyos) ay walang katapusan at walang hanggan."

Kaya malaking bilang ng mga siyentipiko na nag-aaral ng batas ng kalikasan ay mga Cristiano. Habang pinag-aaralan ang kalikasan at sansinukob, mas lalo din nilang natutuklasan ang kapangyarihan at kakayahan ng Diyos.

Higit pa diyan, sa pamamagitan ng mga himala at tanda na nangyayari at nasasaksihan ng mga mananampalataya sa mga lingkod ng Diyos, at mga manggagawa na minamahal at kinikilala Niya, at sa kasaysayan ng tao na tumupad sa mga hula sa Biblia, nagpapakita ang Diyos ng mga ebidensiya upang paniwalaan natin Siya, ang buhay na Diyos.

Mga Taong Kinilala Ang Diyos Na Manlilikha Nang Hindi Naririnig Ang Ebanghelyo

Kung titingnan mo ang kasaysayan ng sangkatauhan, makikita mong ang mga taong mabubuti na hindi man lang nakarinig ng Ebanghelyo ay kumikilala sa nag-iisa at natatanging Diyos na Manlilikha, at sila'y namuhay sa katuwiran.

Ang mga taong may marumi at nalilitong puso ay sumasamba sa maraming iba't ibang diyos para aliwin ang sarili nila. Sa kabilang banda, ang mga taong may matuwid at malinis na puso ay sumasamba at naglilingkod sa isang Diyos, ang Manlilikha, kahit hindi pa nila nalalaman ang tungkol sa Diyos.

Halimbawa, si Admiral Soonshin Yi, na nabuhay noong panahon ng Chosun Dynasty sa Korea, ay naglingkod sa kanyang bansa, sa Hari, at sa kanyang kababayan sa buong buhay niya. Pinarangalan niya ang kanyang mga magulang, at sa tanang buhay niya, ni hindi niya inisip ang kanyang kapakanan kundi nagsakripisyo para sa kapwa. Kahit na hindi niya alam ang tungkol sa Diyos at sa ating Panginoong Jesus, hindi siya sumamba sa mga salamangkero, demonyo at masamang espiritu, subalit mayroon siyang malinis na konsiyensya, sa langit lang siya umasa at naniwala sa nag-iisang Manlilikha.

Hindi natutunan ng mga mabubuting taong ito ang salita ng Diyos, ngunit makikita mong nagsikap silang mamuhay ng malinis at tapat na buhay. Nagbukas ng daan ang Diyos para sa ganitong uri ng mga tao upang sila'y maligtas din, sa pamamagitan ng tinatawag na "paghuhusga ayon sa konsiyensya." Ito ang paraan ng Diyos ng pagbibigay ng kaligtasan sa mga tao sa panahon ng Lumang Tipan, o sa mga tao pagkatapos ng panahon ni Jesu-Cristo na hindi man lang nagkaroon ng pagkakataong makarinig ng ebanghelyo.

Nasusulat sa Mga Taga-Roma 2:14-15, *"Sapagkat kung ang mga Hentil na likas na walang kautusan ay gumagawa ng mga bagay ng kautusan, ang mga ito, bagaman walang kautusan, ay siyang kautusan sa kanilang sarili. Kanilang ipinakita na ang hinihiling ng kautusan ay nakasulat sa kanilang mga puso, na rito'y nagpapatotoo rin ang kanilang budhi, at ang kanilang mga pag-iisip ay nagbibintang o nagdadahilan sa isa't isa."*

Kapag nakakarinig ng ebanghelyo ang mga taong may malinis na konsiyensya, madali nilang tatanggapin ang Panginoon sa kanilang mga puso. Hinahayaan ng Diyos na pansamantalang tumigil sa "Mataas na Libingan" upang makapasok sila sa langit.

Kapag namatay ang isang tao, iniiwanan ng espiritu niya ang pisikal na katawan. Ang espiritu ay pansamantalang nakatigil sa isang lugar na tinatawag na "Libingan." Ang Libingan ay isang pansamantalang lugar kung saan niya natututunang makibagay sa espirituwal na mundo bago siya tumungo sa lugar na pangwalang hanggan. Ang lugar na ito ay nahahati sa "Mataas na Libingan," na hintayan ng mga ligtas na tao, at ang "Mababang Libingan," na hintayan ng mga di ligtas na nagdurusa (Genesis 37:35; Job 7:9; Mga Bilang 16:33; Lucas 16).

Ngunit isinasaad sa Ang Mga Gawa 4:12, *"Walang kaligtasan sa kanino pa man, sapagkat walang ibang pangalan sa ilalim ng langit na ibinigay sa mga tao na ating ikaliligtas."* Kaya para makasiguradong ang mga kaluluwang nasa Mataas na Libingan ay may pagkakataong makarinig ng ebanghelyo, pumunta si Jesus sa Mataas na Libingan para ibahagi ang ebanghelyo sa kanila.

Suportado ng Biblia ang katotohanang ito. Isinasaad sa 1 Pedro 3:18-19, *"Sapagkat si Cristo man ay minsang nagdusa dahil sa mga kasalanan, ang isang matuwid dahil sa mga di-matuwid, upang kayo ay madala niya sa Diyos. Siya ay pinatay sa laman, ngunit binuhay sa espiritu; sa gayundin, Siya ay pumunta at nangaral sa mga espiritung nasa bilangguan."* Ang "mabubuting" kaluluwang nasa Mataas na Libingan ay kumilala kay Jesus, tumanggap ng ebanghelyo, at sila'y naligtas.

Kaya para sa mga taong nabuhay na may malinis na konsiyensya at nanampalataya sa isang Manlilikha, mula man sa panahon ng Lumang Tipan o hindi nila narinig ang ebanghelyo o ang mga batas, tiningnan ng makatuwirang Diyos ang kaibuturan ng kanilang mga puso at binuksan ang pintuan ng kaligtasan para sa kanila.

Bakit Iniutos Ng Diyos Sa Kanyang Bayan Na Huwag Magkakaroon Ng Ibang Diyos Sa Harapan Niya

Paminsan-minsan, sinasabi ng mga hindi mananampalataya, "Hinihingi ng Cristianismo sa mga tao na sumampalataya sa nag-iisang Diyos lang. Hindi ba ginagawa nitong masyadong istrikto at eksklusibo ang relihiyon?"

May mga tao ring tinatawag ang sarili nilang mga mananampalataya pero umaasa naman sa panghuhula ng palad, pangkukulam, gayuma, at anting-anting.

Tiyakang tinukoy ng Diyos na huwag makipagkompromiso sa aspetong ito. Sinabi niya, "Huwag kang magkakaroon ng ibang diyos sa harap Ko." Ibig sabihin, hindi tayo dapat nakikisama o nagpupuri sa mga diyos-diyosan o sa kahit na anong nilalang ng Diyos. O ni hindi natin sila dapat ihilera na kapantay ng Diyos sa kahit na anong paraan.

Nag-iisa lamang ang Manlilikha, na lumalang sa atin, at Siya lamang ang makakapagbasbas sa atin, at Siya lamang ang makakapagbigay sa atin ng buhay. Ang diyos-diyosan at idolo na sinasamba ng mga tao ay nagmumula sa kaaway na demonyo. Nilalabanan nila ang Diyos.

Ang kaaway na demonyo ay nagsisikap na dayain ang mga tao para mapalayo sa Diyos. Sa pagsamba nila sa diyos-diyosan, pagsamba kay Satanas ang kinahahantungan, at lumalakad sila sa sarili nilang pagbagsak.

Kaya nga ang mga nagsasabing sumasampalataya sila sa Diyos kasabay ng pagsamba sa diyos-diyosan ay nasasakop pa rin ng kaaway na demonyo. Sa dahilang ito, patuloy silang nakakaranas ng pasakit at lungkot at nagdurusa sa mga sakit at malalaking pagsubok.

Ang Diyos ay pag-ibig, at ayaw Niyang sumamba ang bayan Niya sa mga diyos-diyosan at lumakad patungo sa walang hanggang kamatayan. Kaya iniuutos Niyang huwag tayong magkaroon ng ibang diyos maliban sa Kanya. Sa pagsamba sa Kanya lamang, magkakaroon tayo ng buhay na walang hanggan, at makakatanggap tayo ng masaganang pagpapala mula sa Kanya habang nandito sa lupa.

Dapat Tayong Tumanggap Ng Mga Pagpapala Sa Pagiging Tapat Na Umaasa Sa Diyos Lamang

Nakasulat sa 1 Mga Cronica 16:26, *"Sapagkat lahat ng diyos ng mga bayan ay mga diyos-diyosan; ngunit ang PANGINOON ang gumawa ng mga langit."* Kung hindi lang sinabi ng Diyos na, "Huwag kang magkakaroon ng ibang diyos sa harap Ko," malamang ang mga taong salawahan, o kahit ang ilang mga mananampalataya ay maaaring walang malay na sumasamba sa diyos-diyosan at lumalakad patungo sa walang hanggang kamatayan.

Makikita natin ito sa kasaysayan mismo ng mga Israelita. Ang mga Israelita ay nakilala ang tungkol sa nag-iisa at natatanging Manlilikha ng sansinukob, at naranasan nila ang Kanyang kapangyarihan sa di mabilang na pagkakataon. Pero sa pagdaan ng panahon, lumayo sila sa Diyos at nagsimulang sumamba sa mga diyos-diyosan.

Sa tingin nila ang mga diyos-diyosan ng mga Hentil ay kaaya-aya, kaya nagsimula silang sumamba sa mga ito kasabay ng pagsamba sa Diyos. Bilang resulta, nakaranas sila ng lahat ng uri ng tukso, mga pagsubok, at mga salot na dinala sa kanila ng kaaway na demonyo at ni Satanas. Nang hindi na nila matagalan ang sakit at hirap, noon sila nagsisi at nagbalik sa Diyos.

Ang Diyos na pag-ibig ay nagpatawad sa kanila ng paulit-ulit at iniligtas sila sa kapahamakan dahil ayaw Niya na makitang nakakaranas sila ng walang hanggang kamatayan sa kanilang pagsamba sa diyos-diyosan.

Patuloy na nagpapamalas sa atin ang Diyos ng mga patunay na Siya ang Manlilikha, ang buhay na Diyos, upang sambahin natin Siya, at Siya lamang. Iniligtas Niya tayo mula sa ating kasalanan sa pamamagitan ng Kanyang bugtong na Anak, si Jesu-Cristo. Nangako Siya sa atin ng buhay na walang hanggan at ibinigay sa atin ang pag-asang mananahanan sa langit nang walang hanggan.

Tinutulungan tayo ng Diyos na makilala at manampalataya sa Kanya, ang buhay na Diyos, sa pagpapamalas ng mga himala, mga tanda, at mga kababalaghan sa pamamagitan ng Kanyang mga lingkod at sa animnapu't anim na libro ng Biblia at sa kasaysayan ng sangkatauhan.

Dahil dito, dapat tayong maging tapat sa pagsamba sa Diyos, ang Manlilikha ng sansinukob na Siyang namumuno sa lahat ng bagay na nakapaloob dito. Bilang mga anak, dapat tayong magbunga ng mabubuting bunga, umaasa lamang sa Kanya.

Kabanata 3

Ang Ikalawang Utos

"Huwag Kang Gagawa Para Sa Iyong Sarili Ng Diyos-Diyosan O Sasambahin Ito"

Exodo 20:4-6

"Huwag kang gagawa para sa iyong sarili ng inukit na larawan o ng anumang kawangis ng anumang nasa langit sa itaas, o ng nasa lupa sa ibaba, o ng nasa tubig sa ilalim ng lupa. Huwag mo silang yuyukuran, o paglingkuran man sila; sapagkat Akong PANGINOON mong Diyos ay Diyos na mapanibughuin, na Aking pinarurusahan ang mga anak dahil sa kasamaan ng mga magulang hanggang sa ikatlo at ikaapat na salinlahi ng mga napopoot sa Akin; ngunit pinagpapakitaan Ko ng wagas na pag-ibig ang libu-libong umiibig sa Akin at tumutupad ng Aking mga utos."

"Namatay ang Panginoon sa krus para sa akin. Papaano ko pa itatanggi ang Panginoon dahil lang sa takot ko sa kamatayan? Higit na gusto kong mamatay ng sampung beses para sa Panginoon kaysa magtaksil sa Kanya at mabuhay ng isandaang taon, o kahit isang libong walang kabuluhang taon. Iisa lamang ang aking pangako. Pakitulungan akong mapagtagumpayan ang kapangyarihan ng kamatayan para hindi ko ilagay ang aking Panginoon sa kahihiyan sa pagliligtas sa buhay ko."

Ito ang patotoo ni Reverend Ki-Chol Chu, pinatay siya nang tumangging sumamba sa Dambana ng Hapon. Ang kwento ng buhay niya ay mababasa sa libro na *More Than Conquerors: The Story of the Martyrdom of Reverend Ki-Chol Chu* (Higit Pa sa Manlulupig: Ang Kwento ng Pagmamartir ni Reverend Ki-Chol Chu). Ni walang takot sa tabak o baril, ibinigay ni Reverend Ki-Chol Chu ang buhay niya para sumunod sa utos ng Diyos na huwag sasamba sa kahit na anong diyos-diyosan.

"Huwag Kang Gagawa Para Sa Iyong Sarili Ng Diyos-Diyosan O Sasambahin Ito"

Bilang mga Cristiano, tungkulin nating mahalin at sambahin ang Diyos at tanging Diyos lamang. Kaya ibinigay sa atin ng Diyos ang unang utos, "Huwag kang magkakaroon ng ibang diyos sa harap Ko." At para ipagbawal ng mahigpit ang pagsamba sa diyos-diyosan, ibinigay Niya bilang ikalawang utos, "Huwag kang gagawa para sa iyong sarili ng inukit na larawan o ng anumang diyos-diyosan. Huwag mo silang yuyukuran, o paglingkuran man sila."

Sa unang tingin, iisipin mong ang una at ikalawang utos ay magkapareho. Ngunit magkahiwalay sila bilang magkaibang utos dahil mayroon silang kanya-kanyang espirituwal na kahulugan. Ang unang utos ay isang babala laban sa pagsamba sa mahigit sa isang Diyos, at sinasabi sa ating sumamba at mahalin ang nag-iisa at tanging Diyos.

Ang ikalawang utos ay isang pagtuturo laban sa pagsamba sa diyos-diyosan, at ito rin ay paliwanag sa pagpapalang matatanggap kapag sinasamba at minamahal mo ang Diyos. Tingnan nating mas mabuti kung ano ang kahulugan ng 'diyos-diyosan.'

Ang Pisikal na Kahulugan ng "Diyos-diyosan" o Idolo

Ang salitang diyos-diyosan ay maaaring maipaliwanag sa dalawang paraan; pisikal na diyos-diyosan at espirituwal na diyos-diyosan. Una, sa pisikal na diwa, ang "diyos-diyosan" ay "isang wangis o materyal na bagay na nilikha upang ilarawan ang isang diyos na walang pisikal na porma para ito sambahin."

Sa ibang salita, ang isang diyos-diyosan ay maaaring kahit na anong bagay: isang puno, bato, imahe ng isang tao, malalaking hayop, insekto, ibon, mga nilalang sa dagat, araw, buwan, mga bituin sa langit, o kung anong binuo ng imahinasyon na ihuhugis mula sa bakal, pilak, ginto, o anumang nabubuhay na maaaring parangalan at sambahin.

Subalit ang diyos-diyosang nilikha ng tao ay walang buhay, kaya hindi ka nito maaaring sagutin o bigyan ka ng mga biyaya. Kung ang mga taong nilalang ayon sa wangis ng Diyos ay lumikha ng isa pang imahen sa pamamagitan ng kanilang mga kamay, at sinamba ito at hinihiling na pagpalain sila nito, hindi ba kamangmangan at katawa-tawa ito?

Isinasaad sa Isaias 46:6-7, *"Sila'y dumudukot ng maraming ginto sa supot, at nagtitimbang ng pilak sa timbangan, na nagsisiupa ng panday-ginto, at kanyang ginagawang diyos; oo, sila'y nagpapatirapa, at nagsisisamba! Ipinapasan nila iyon sa balikat, dinadala nila iyon, inilalagay nila iyon sa kanyang lugar, at iyon ay nakatayo roon; mula sa kanyang dako ay hindi siya makakilos. Oo, may dadaing sa kanya, gayon ma'y hindi siya makasasagot, o makapagliligtas man sa kanya sa kanyang kabagabagan."*

Hindi lang tungkol sa paglikha ng diyos-diyosan ang sinasabi ng Biblia kundi tungkol ito sa paniniwala sa mga gayuma laban sa kamalasan o pagganap ng mga ritwal na pagyuko o pagsamba sa mga patay. Kahit ang paniniwala ng mga tao sa pamahiin at ang pangkukulam ay sakop din nito. Inaakala ng mga tao na ang anting-anting ay nagpapalayas ng kahirapan at nagdadala ng swerte, ngunit hindi ito totoo. Nawawari ng mga taong espirituwal na ang mga maiitim at masasamang espiritu ay nahahalina sa mga lugar na mayroong mga anting-anting at diyos-diyosan, na nagdadala sa bandang huli ng mga kalamidad at paghihirap sa mga taong mayroon nito. Maliban sa buhay na Diyos, wala nang iba pang diyos na makapagbibigay ng tunay na pagpapala sa tao. Ang ibang mga diyos ang siyang nagdudulot ng kalamidad at sumpa.

Bakit kaya gumagawa ng diyos-diyosan ang mga tao at sinasamba ang mga ito? Dahil ang mga tao ay may ugaling busugin ang kanilang sarili sa mga bagay na pisikal na nakikita, nadarama at nahahawakan.

Makikita natin ang ugaling ito sa mga Israelita nang umalis sila sa Ehipto. Nang ihayag nila sa Diyos ang tungkol sa kanilang mga pasakit at mabigat na pagtatrabaho sa loob ng 400 taong pagpapaalipin, hinirang ng Diyos si Moises bilang pinuno nila sa kanilang paglabas sa Ehipto, at ipinamalas Niya sa kanila ang lahat ng uri ng mga tanda at kababalaghan para magkaroon sila ng pananampalataya sa Kanya.

Nang tumanggi ang Faraon na palayain sila, nagpadala ang Diyos ng sampung salot sa Ehipto. At nang naharangan ng Dagat na Pula ang kanilang daan, hinati ng Diyos ang dagat sa dalawa. Kahit pa naranasan nila ang mga himalang ito, habang si Moises ay nasa bundok sa loob ng apatnapung araw para tanggapin ang Sampung Utos, nainip ang mga tao at gumawa ng diyos-diyosan at sinamba ito. Dahil hindi nila nakikita si Moises na lingkod ng Diyos, gusto nilang lumikha ng isang bagay na makikita nila at masasamba. Gumawa sila ng gintong guya at tinawag nila itong ang diyos na gumabay sa kanila. Nag-alay pa sila ng handog dito, at naglasing, kumain, at sumayaw sa harapan nito. Ang pangyayaring ito ay naging dahilan ng poot ng Diyos sa mga Israelita.

Dahil ang Diyos ay espiritu, hindi Siya nakikita ng pisikal na mata nila o hindi sila makagawa ng pisikal na hitsura para ilarawan Siya. Kaya hindi tayo dapat gumawa ng diyos-diyosan at tawagin itong "diyos." At hindi natin ito kailanman dapat sambahin.

Isinasaad sa Deuteronomio 4:23, *"Mag-ingat kayo sa inyong sarili, upang huwag ninyong malimutan ang tipan ng PANGINOON ninyong Diyos, na Kanyang pinagtibay sa inyo. Huwag kayong gagawa ng larawang inanyuan na katulad ng anumang bagay na ipinagbawal sa iyo ng PANGINOON mong Diyos."* Ang pagsamba sa walang buhay at walang kapangyarihang diyos-diyosan sa halip na sa Diyos na tunay na Manlilikha ay higit na nagdadala ng masama kaysa mabuti sa mga tao.

Mga Halimbawa ng Pagsamba sa Diyos-diyosan

Ilang mananampalataya ang maaaring mahulog sa bitag ng pagsamba sa diyos-diyosan nang hindi nila nalalaman. Halimbawa, may ilang tao ang maaaring yumukod sa litrato ni Jesus, o sa rebulto ng Birheng Maria, o ilang tagapanguna ng pananampalataya.

Malaking bilang ng mga tao ang magpapalagay na ito ay hindi pagsamba sa diyos-diyosan, pero ito ay isang uri ng pagsamba na ayaw ng Diyos. Isang halimbawa: maraming tao ang tumatawag sa Birheng Maria na "Banal na Ina." Ngunit kung pag-aaralan mo ang Biblia, makikita mong maliwanag na mali ito.

Si Jesus ay ipinaglihi sa pamamagitan ng Banal na Espiritu, at hindi sa sperm o egg cell ng isang lalaki at isang babae. Kaya hindi natin maaaring tawagin ang Birheng Maria na "ina." Halimbawa, sa teknolohiya sa panahon ngayon, maaaring pagsamahin ang sperm ng lalaki at egg ng babae sa isang modernong makina na lilikha ng artificial insemination. Hindi ibig sabihing tatawagin nang "ina" ang makinang ito ng batang isinilang sa ganitong proseso.

Si Jesus na sa likas ay Diyos Ama, ay ipinaglihi ng Banal na Espiritu at ipinanganak sa pamamagitan ng katawan ng Birheng Maria para makapunta Siya dito sa mundo na may pisikal na katawan. Kaya tinatawag ni Jesus ang Birheng Maria na "babae" at hindi "ina" (Juan 2:4, 19:26). Sa Biblia, nang si Maria ay tinukoy na "ina" ng Panginoon, palagay ito ng mga disipulo na nagtala ng Biblia.

Bago Siya mamatay, sinabi ni Jesus kay Juan, "Narito ang iyong ina!" na tinutukoy si Maria. Dito ay hinihiling ni Jesus na alagaan si Maria tulad sa kanyang ina (Juan 19:27). Hiniling ni Jesus ito dahil inaaliw Niya si Maria, nauunawaan Niya ang lungkot sa puso nito, dahil pinaglingkuran Siya nito simula noong Siya ay ipinaglihi ng Banal na Espiritu hanggang sa lumaki at nagkaedad Siya sa kapangyarihan ng Diyos at hindi na umaasa pa sa kanya.

Gayunman, hindi tamang yumukod sa rebulto ng Birheng Maria.

Dalawang taon na ang nakalilipas habang ako ay bumibisita sa isang bansa sa Gitnang Silangan, isang maimpluwensiyang tao ang nangumbida sa akin at ipinakita ang isang magandang carpet o alpombra habang nagkukwentuhan kami. Isa itong napakahalagang carpet na hinabi ng kamay nang kung ilang taon. Ang disenyo nito ay ang itim na Jesus. Sa halimbawang ito, makikita nating pati paglalarawan kay Jesus ay hindi pare-pareho, nakasalalay ito sa kung sino ang gumawa o ang iskultor. Kaya kung sasamba tayo o mananalangin sa imahen na ito, nagkakasala tayo ng pagsamba sa diyos-diyosan, na hindi katanggap-tanggap.

Ano Ang Itinuturing o Ipinapalagay Na Diyos-Diyosan At Ano Ang Hindi

Paminsan-minsan, may mga labis na nag-iingat at nakikipagtalong ang "krus" na makikita sa mga simbahan ay isang uri ng diyos-diyosan. Gayunman, hindi diyos-diyosan ang krus. Ito ay isang simbolo ng ebanghelyong pinaniniwalaan ng mga Cristiano. Ang dahilan kung bakit tinitingala ang krus ay para alalahanin ang banal na dugo ng Diyos na nabuhos dahil sa kasalanan ng sangkatauhan, at ang biyaya ng Diyos na naghandog sa atin ng ebanghelyo. Hindi maaaring maging diyos-diyosan o bagay na sinasamba ang krus.

Katulad din ito ng mga ipinintang larawan ni Jesus na may dalang tupa, o ang *The Last Supper (Huling Hapunan)*, o anumang inukit na nais lang magpahayag ng saloobin ang iskultor.

Ang larawan ni Jesus na may hawak na tupa ay nagpapahayag na Siya ang mabuting pastol. Hindi ito ipininta para maging isang bagay na sasambahin. Ngunit kung mayroong sasamba dito o yuyukod dito, magiging diyos-diyosan ito.

May mga sitwasyon ding may nagsasabi, "Noong panahon ng Lumang Tipan, gumawa ng diyos-diyosan si Moises." Tinutukoy nila ang pangyayari nang magreklamo ang mga Israelita laban sa Diyos, kaya sa huli ay tinuklaw sila ng mga makamandag na ahas sa ilang. Nang marami na ang namamatay dahil dito, gumawa si Moises ng ahas na tanso at inilagay ito sa isang poste. Lahat ng sumunod sa salita ng Diyos at tumingala sa ahas na tanso ay nabuhay, at ang mga hindi tumingin ay nangamatay.

Hindi sinabi ng Diyos kay Moises na gumawa ng ahas na tanso para sambahin ng mga tao. Nais Niyang ipakita sa kanila ang isang paglalarawan kay Jesu-Cristo, na isang araw ay ililigtas sila mula sa sumpa, ng naaayon sa mga espirituwal na batas.

Ang mga taong sumunod sa Diyos at tumingin sa ahas na tanso ay hindi namatay sa kasalanan nila. Gayundin, ang mga kaluluwang sumasampalataya na si Jesu-Cristo ay namatay sa krus dahil sa kanilang kasalanan at tumanggap sa Kanya bilang Tagapagligtas at Panginoon ay hindi mapapahamak dahil sa kanilang kasalanan, kundi magkakaroon ng buhay na walang hanggan.

Sa 2 Hari 18:4, isinasaad na habang sinisira ng ikalabing-anim na hari ng Juda, si Hezekias, ang mga diyos-diyosan ng Israel, *"Kanyang inalis ang matataas na dako, winasak ang mga haligi, at ibinagsak ang mga sagradong poste. Kanyang pinagputul-putol ang ahas na tanso na ginawa ni Moises, sapagkat hanggang sa mga araw na iyon ay pinagsusunugan ito ng insenso ng mga anak ni Israel; ito ay tinawag na Nehustan."* Muling ipinaaalala nito sa mga tao na kahit ang ahas na tanso ay ginawa sa utos ng Diyos, hindi ito dapat maging diyos-diyosan para sambahin, dahil hindi iyon ang intensiyon ng Diyos.

Ang espirituwal Na Kahulugan Ng "Diyos-diyosan" O "Idolo"

Dagdag sa pag-unawa ng salitang "diyos-diyosan" sa pisikal na diwa, dapat ding maunawaan ito sa espirituwal na diwa. Ang espirituwal na kahulugan ng "pagsamba sa diyos-diyosan" ay "pagsamba sa lahat ng bagay na minamahal ng isang tao nang mahigit pa sa Diyos." Ang pagsamba sa diyos-diyosan ay hindi lang limitado sa pagyukod sa rebulto ni Buddha o sa namatay nang mga ninuno.

Kung mula sa ating makasariling pagnanais ay mahal natin ang ating mga magulang, asawa, o kaya ay mga anak nang higit pa sa Diyos, sa espirituwal na diwa, ginagawa nating "diyos-diyosan" ang ating mga mahal sa buhay. At kung ipinagpapalagay nating napakagaling natin at minamahal natin ng labis ang ating mga sarili, ginagawa rin nating diyos-diyosan ang ating mga sarili.

Hindi naman ibig sabihin nito na ang Diyos lang ang dapat nating mahalin at hindi na magmamahal ng iba. Halimbawa, sinasabi ng Diyos sa Kanyang mga anak na tungkulin nilang mahalin sa katotohanan ang kanilang mga magulang. Iniuutos din Niya, "Igalang mo ang iyong ama at ang iyong ina." Subalit kung ang pagmamahal sa mga magulang ay naglalayo sa atin sa katotohanan, malinaw na mas mahal natin ang ating mga magulang kaysa sa Diyos, at ginawa na natin silang "diyos-diyosan."

Kahit na ang mga magulang natin ang nagsilang sa atin sa pisikal na katawan, dahil ang Diyos ang lumikha ng sperm at egg cell, o ang binhi ng buhay, ang Ama ng ating mga espiritu ay ang Diyos. Ipagpalagay na ayaw ng mga magulang na hindi Cristiano na magsimba ang kanilang anak sa araw ng Linggo. Kung ang anak na ito na isang Cristiano ay hindi magsisimba para malugod ang kanyang mga magulang, ang anak na ito ay mas nagmamahal sa kanyang mga magulang kaysa sa Diyos. Hindi lang ito nagpapalungkot sa puso ng Diyos, ibig sabihin nito ay hindi rin tunay na mahal ng anak ang kanyang mga magulang.

Kung nagmamahal ka ng totoo sa isang tao, nanaisin mong maligtas siya at magkaroon ng buhay na walang hanggan. Ito ang tunay na pag-ibig. Kaya, unang-una sa lahat, panatilihin mong banal ang Araw ng Panginoon, at dapat idalangin mo ang iyong mga magulang at ibahagi kaagad sa kanila ang ebanghelyo. Doon mo lang masasabing mahal at iginagalang mo sila ng totoo.

Ganoon din sa mga magulang. Bilang magulang, kung tunay mong mahal ang mga anak mo, dapat mo munang mahalin ang Diyos, at mahalin ang mga anak mo batay sa pag-ibig ng Diyos. Kahit na gaano pa kahalaga ang mga anak mo para sa iyo, hindi mo sila mabibigyan ng proteksiyon sa kaaway na demonyo, si Satanas, dahil sa iyong limitadong kapangyarihan bilang isang tao. Hindi mo sila mapoprotektahan sa aksidente, o mapapagaling sa sakit na hindi pamilyar sa modernong medisina.

Kapag ang mga magulang ay sumasamba sa Diyos at

ipinagkakatiwala ang kanilang mga anak sa mga kamay ng Diyos at minamahal sila ayon sa pag-ibig ng Diyos, aalagaan ng Diyos ang kanilang mga anak. Hindi lang Niya sila bibigyan ng espirituwal at pisikal na lakas, kundi pagpapalain sila para maging masagana sa lahat ng aspeto ng buhay nila.

Ganito rin ang tungkol sa pag-ibig sa mga mag-asawa. Ang mag-asawang hindi nakakaalam ng tunay na pag-ibig ng Diyos ay magmamahalan lang ng makalamang pag-ibig. Pansariling kapakanan lang ang hahanapin nila at mag-aaway lang sila. At sa paglipas ng panahon, maaaring magbago pa ang pag-ibig nila sa isa't isa.

Subalit kung ang mag-asawa ay nagmamahalan batay sa pag-ibig ng Diyos, magagawa rin nilang ibigin ang isa't isa sa espirituwal na pag-ibig. Sa ganitong paraan, hindi magagalit o makakasakit ang mag-asawa sa isa't isa, at hindi nila sisikaping busugin ang kanilang mga pansariling pagnanasa. Sa halip, magsasalo sila sa isang pag-ibig na hindi nagbabago, tapat, at maganda.

Nagmamahal Ng Isang Bagay O Isang Tao Nang Higit Pa Sa Diyos

Maaari lang tayong tunay na magmahal sa kapwa kung tayo ay nasa loob ng pag-ibig ng Diyos at nagmamahal sa Diyos Ama, una sa lahat. Kaya sinasabihan tayo ng Diyos na "Unahin mong mahalin ang Diyos mo" at "Huwag kang magkakaroon ng ibang diyos sa harap Ko." Ngunit pagkarinig mo nito at sasabihin mong "Nagsimba ako at sinabi nilang Diyos lang ang mahalin ko at huwag ang mga miyembro ng pamilya," napakalaki ng pagkakamali mo sa pag-unawa ng Kanyang utos.

Kung ikaw bilang mananampalataya ay binabali ang utos ng Diyos o nakikiayon sa mundo para magkaroon ng materyal na yaman, kasikatan, katalinuhan, o kapangyarihan, at naliligaw sa paglakad sa katotohanan, gumagawa ka sa sarili mo ng diyos-diyosan, sa espirituwal na diwa nito.

May mga tao ring hindi pinananatiling banal ang Araw ng Panginoon o nabibigong magbigay ng ikapu dahil mas mahal nila ang kayamanan nang higit sa Diyos, kahit na nangangako ang Diyos na pagpapalain ang mga naghahandog ng ikapu.

Kadalasan, nagsasabit ang mga kabataan ng mga litrato ng kanilang paboritong mang-aawit, artista, atleta, o musikero sa kanilang kwarto, o kaya ay gumagawa ng mga bookmark gamit ang mga litrato, o kaya ay dala-dala ang mga ito sa kanilang bulsa para malapit ang mga ito sa kanilang mga puso. May mga pagkakataong mas mahal pa sila ng mga kabataang ito kaysa sa Diyos.

Maaari mong mahalin at parangalan ang mga artista, atleta at iba pa na magagaling sa kanilang larangan. Ngunit kung minamahal at pinahahalagahan mo sila at nagiging dahilan ito ng paglayo mo sa Diyos, hindi malulugod ang Diyos. Dagdag pa rito, ang mga batang nagbubuhos ng buong puso sa mga laruan o mga laro sa video ay maaaring mauwi rin sa pagsamba sa mga bagay na ito.

Ang Paninibugho (o Pagseselos) Ng Diyos Dahil Sa Kanyang Pag-Ibig

Pagkatapos tayong bigyan ng mabigat na utos laban sa pagsamba sa diyos-diyosan, sinasabi sa atin ng Diyos ang tungkol sa mga pagpapala sa mga sumusunod sa Kanya. Gayundin ang mga babala sa mga sumusuway sa Kanya.

> *"Huwag mo silang yuyukuran, o paglingkuran man sila; sapagkat Akong PANGINOON mong Diyos ay Diyos na mapanibughuin, na Aking pinarurusahan ang mga anak dahil sa kasamaan ng mga magulang hanggang sa ikatlo at ikaapat na salinlahi ng mga napopoot sa Akin; ngunit pinagpapakitaan Ko ng wagas na pag-ibig ang libu-libong umiibig sa Akin at tumutupad ng Aking mga utos"* (Exodo 20:5-6).

Kapag sinasabi ng Diyos na Siya ay "mapanibughuing Diyos" sa talatang 5, hindi ibig sabihin na Siya ay "naninibugho o nagseselos" sa paraan ng pagseselos ng tao. Sa katotohanan, ang paninibugho ay hindi bahagi ng ugali ng Diyos. Ginagamit ng Diyos ang "paninibugho" para mas madali nating maunawaan sa sarili nating pakiramdam bilang mga tao. Ang paninibughong nararamdaman ng mga tao ay sa laman, malaswa, marumi, at nakakasakit sa mga taong sangkot dito.

Halimbawang ang pag-ibig ng asawang lalaki sa kanyang maybahay ay nabaling sa ibang babae at ang maybahay ay nagsisimulang makaramdam ng paninibugho sa babaing iyon, ang biglaang pagbabago na mangyayari sa maybahay ay nakakatakot. Mapupuno ng galit at pagkapoot ang maybahay. Aawayin niya ang kanyang asawa at ibubulgar ang lahat ng kanyang pagkukulang sa kanyang mga kakilala at magmumukha siyang kahiya-hiya. May pagkakataong ang asawa ay susugod sa babae at aawayin ito, o kaya ay ihahabla ang kanyang asawa. Sa usaping ito na nagnanais ang maybahay na may masamang mangyari sa kanyang asawa dahil sa kanyang paninibugho, hindi ito paninibughong nagmumula sa pag-ibig kundi paninibughong nagmumula sa galit.

Kung ang pag-ibig ng babae sa kanyang asawa ay nagmumula sa espirituwal na pag-ibig, sa halip na paninibughong mula sa laman, sisiyasatin niya ang mabuti ang kanyang sarili. Magtatanong siya, "Maayos ba ang katayuan ko sa harap ng Diyos? Minahal at pinaglingkuran ko ba ng tapat ang asawa ko?" At sa halip na hiyain ang asawa sa pagbanggit ng kanyang mga pagkukulang sa mga taong nakapaligid sa kanya, dapat muna niyang hilingin sa Diyos ang karunungan para maibalik niya ang asawa sa pagiging matapat.

Kung gayon, anong uri ng paninibugho ang nararamdaman ng Diyos? Kapag hindi tayo sumasamba sa Diyos at hindi tayo namumuhay sa katotohanan, tumatalikod sa atin ang Diyos, at doon tayo nakakaranas ng mga pagsubok, kapighatian at mga sakit. Kung nangyari ito, at alam nating ang mga sakit ay nanggagaling sa kasalanan (Juan 5:14), magsisisi ang mga mananampalataya at sisikaping hanapin muli ang Diyos.

Bilang pastor, madalas akong makatagpo ng mga miyembro ng iglesya na nakakaranas ng ganito. Halimbawa, may isang mayamang negosyante na miyembro ng iglesya na lumalago ang negosyo. Dahil abala siya, nawawalan siya ng panahon, pagtuon at tumitigil na siya sa pananalangin at pagganap ng gawain ng Diyos. Dumadating din siya sa puntong pumapalya na siya sa pagsamba sa Diyos tuwing Linggo.

Bunga nito, tumatalikod ang Diyos sa negosyanteng ito at ang negosyong lumalago ay nahaharap sa krisis. At doon lang niya mapagtatanto ang kanyang pagkakamaling hindi siya namumuhay ayon sa utos ng Diyos, at saka lang siya magsisisi. Mas ninanais ng Diyos na ang Kanyang mga mapagmahal na anak ay maharap sa isang mahirap na sitwasyon sa sandaling panahon lang para maunawaan ang Kanyang kalooban, maligtas, at lumakad sa tamang daan, sa halip na mapalayo magpakailanman.

Kung hindi nadama ng Diyos ang paninibughong ito mula sa pag-ibig, at balewalain na lang ang ating mga maling ginagawa, hindi lang natin maiisip ang ating mga pagkakamali kundi magiging manhid ang ating mga puso. Dahil dito ay patuloy tayong magkakasala at sa huli ay mahuhulog sa daan ng walang hanggang kamatayan. Kaya ang paninibughong nadarama ng Diyos ay nagmumula sa tunay na pag-ibig. Isa itong pagpapamalas ng Kanyang dakilang pag-ibig at pagnanais na baguhin tayo at gabayan sa buhay na walang hanggan.

Ang Mga Pagpapala At Sumpa Na Nagmumula Sa Pagsunod At Pagsuway Sa Ikalawang Utos

Isinakripisyo ng Diyos na ating Manlilikha at Ama ang Kanyang nag-iisa at natatanging Anak upang lahat ng tao ay maligtas. Nangingibabaw Siya sa buhay ng lahat at nais Niyang pagpalain ang mga sumasamba sa Kanya.

Namumuhi ka sa Diyos kung ang diyos-diyosan ang sinasamba at minamahal mo. Ang mga taong namumuhi sa Diyos ay tatanggap ng Kanyang parusa, dahil nasusulat na ang mga anak ay paparusahan sa kasalanan ng mga ninuno hanggang sa ikatlo at ikaapat na henerasyon (Exodo 20:5).

Pagtumingin tayo sa ating paligid, makikita natin kaagad na ang mga pamilya na sumamba sa diyos-diyosan sa nakaraang mga henerasyon ay nagpapatuloy na tumanggap ng kaparusahan. Ang mga miyembro ng pamilyang ito ay maaaring makaranas ng nakamamatay at hindi na mapagaling na mga sakit, dipirensiya sa katawan at pag-iisip, inaalihan ng demonyo, pagpapatiwakal, pinansiyal na problema o lahat ng uri ng pagsubok. At kapag nagpatuloy ang mga kalamidad na ito sa ikaapat na henerasyon, ang pamilya ay tuluyan nang masisira at hindi na maibabalik pa.

Ano sa palagay mo kung bakit sinabi ng Diyos na paparusahan Niya hanggang "ikatlo at ikaapat na henerasyon" sa halip na hanggang "ikaapat na henerasyon?" Nagpapakita ito ng pagkahabag ng Diyos. Nag-iiwan siya ng lugar o pagkakataon para sa mga inapo na magsisi at hanapin ang Diyos, kahit na ang mga ninuno ay sumamba sa mga diyos-diyosan at lumaban sa Diyos. Ang mga taong ito ay nagbibigay ng dahilan para itigil ng Diyos ang parusa laban sa sambahayan.

Ngunit para sa mga ninuno na napakalaki ng poot sa Diyos, mga sobrang sumamba sa diyos-diyosan, at mga naghasik ng kasamaan, haharapin nila ang mahihirap na sitwasyon sa pagtatangkang tanggapin ang Panginoon. At kahit na tumanggap sila, para silang espirituwal na nakatali sa kanilang mga ninuno kaya hangga't hindi sila nagkakaroon ng espirituwal na tagumpay, makakaranas sila ng maraming paghihirap sa buong buhay-espirituwal nila. Ang kaaway na demonyong si Satanas ay makikialam sa kahit na anong paraan para hadlangan ang mga taong ito na sumampalataya. Kakaladkarin niya sila sa walang hanggang kadiliman kasama niya.

Gayunman, kung ang mga inapo, habang humahanap ng

kahabagan ng Diyos, ay magsisisi na may pagpapakumbaba ng puso sa mga kasalanan ng mga ninuno at sisikaping itakwil ang makasalanang likas sa sarili nila, walang duda, bibigyan sila ng proteksiyon ng Diyos. Sa kabilang banda, kapag mahal ng mga tao ang Diyos at sinusunod ang Kanyang mga utos, pinagpapala ng Diyos ang kanyang pamilya hanggang sa ika-isanlibong henerasyon, at hinahayaang tumanggap ng walang hanggang biyaya. Kapag titingnan natin kung papaanong sinabi ng Diyos na magpaparusa Siya hanggang ikatlo at ikaapat na henerasyon, pero magpapala hanggang ika-isanlibong henerasyon, malinaw na makikita natin ang pag-ibig ng Diyos para sa atin.

Hindi ibig sabihin na kusa o awtomatiko kang tatanggap ng masaganang pagpapala dahil ang mga ninuno mo ay mga dakilang lingkod ng Diyos. Halimbawa, tinawag ng Diyos si David na "lalaking kinalulugdan ng Aking puso" at pinangakuan ng Diyos na pagpapalain ang kanyang mga inapo (1 Mga Hari 6:12). Gayunman, alam natin na sa mga anak ni David, ang mga lumayo sa Diyos ay hindi tumanggap ng ipinangakong pagpapala.

Kapag babasahin mo ang mga kasulatan ng mga hari ng Israel, makikita mo na ang mga haring sumamba at naglingkod sa Diyos ay tumanggap ng mga pagpapala na ipinangako ng Diyos kay David. Sa ilalim ng kanilang pamumuno, ang kanilang bansa ay umunlad at naging matagumpay kaya nagdulot ito ng paghanga at pagkilala ng mga bansang nakapaligid sa kanila.

Subalit ang mga haring tumalikod sa Diyos at nagkasala laban sa Kanya ay nakaranas ng maraming paghihirap sa buong buhay nila.

Makakatanggap lamang ng mga pagpapala na maaaring naitaguyod ng mga ninuno ang taong nagmamahal sa Diyos. Sila ang mga nagsisikap mamuhay sa katotohanan nang hindi dinudungisan ang sarili dahil sa mga diyos-diyosan.

Kaya kapag itatakwil natin ang lahat ng espirituwal at pisikal na diyos-diyosan na kinamumuhian ng Diyos at uunahin Siya, tayo rin ay maaaring tumanggap ng masaganang pagpapala na ipinapangako ng Diyos sa lahat ng Kanyang mga tapat na lingkod at sa mga susunod na henerasyon.

Kabanata 4
Ang Ikatlong Utos

"Huwag Mong Babanggitin Ang Pangalan Ng PANGINOON Mong Diyos Sa Walang Kabuluhan"

Exodo 20:7

"Huwag mong babanggitin ang pangalan ng PANGINOON mong Diyos sa walang kabuluhan, sapagkat hindi pawawalang-sala ng PANGINOON ang sinumang gumagamit ng Kanyang pangalan sa walang kabuluhan."

Malinaw na makikita na pinahalagahan ng mga Israelita ang salita ng Diyos sa ginawa nilang pagtatala nito sa Biblia at maging sa pagbabasa nito.

Bago pa naimbento ang paglilimbag, naisulat sa pamamagitan ng kamay ang Biblia. At sa tuwing isusulat ang salitang "Jehovah," ang manunulat ay maraming beses maliligo ng kanyang katawan at papalitan ang panulat na ginagamit, dahil ang pangalang ito ay napakabanal. At kapag ang manunulat ay nagkamali, puputulin niya ang bahaging iyon at muling magsusulat. At kapag mali ang pagkasulat sa "Jehovah," sisiyasatin niya ang lahat-lahat simula sa umpisa.

Isa pang pangyayari, noong nagbabasa ang mga Israelita ng Biblia, hindi nila binabasa ng malakas ang pangalang "Jehovah." Sa halip, binabasa nila itong "Adonai" na ang ibig sabihin ay "Aking Panginoon," dahil ipinapalagay nilang napakabanal ng pangalan ng Diyos para banggitin.

Dahil ang pangalang "Yahweh" ay pangalang kumakatawan sa Diyos, naniniwala silang kumakatawan din ito sa maluwalhati at makapangyarihang katangian ng Diyos. Para sa kanila, ang pangalan ay sagisag ng Nag-iisang Makapangyarihang Manlilikha.

"Huwag Mong Babanggitin Ang Pangalan Ng PANGINOON Mong Diyos Sa Walang Kabuluhan"

May ilang tao na hindi man lang matandaan na mayroong utos na ganito sa Sampung Utos. Kahit na sa mga mananampalataya, may ilang hindi nirerespeto ang pangalan ng Diyos, at sa huli ay nagiging mali ang paggamit o pagbanggit dito.

Ang ibig sabihin ng "maling paggamit" ay hindi tama at katanggap-tanggap ang paraang ginagamit sa isang bagay. At ang maling paggamit ng pangalan ng Diyos ay pagbanggit ng banal na pangalan ng Diyos sa walang kabuluhan, hindi tamang paraan, hindi banal at labag sa katotohanan.

Halimbawa, kung ang isang tao ay nagbibigay ng sariling opinyon at sasabihing salita ng Diyos ang sinasabi niya. O kaya naman, kumikilos siya sa kahit anong paraang magustuhan niya at sasabihin niyang kumikilos siya ng naaayon sa kalooban ng Diyos, mali ang paggamit nito sa Kanyang pangalan. Ang pagbanggit ng pangalan ng Diyos para sumumpa sa kasinungalingan, pagbibiro gamit ang pangalan ng Diyos, at iba pang gawi, ay mga halimbawa ng paggamit ng pangalan ng Diyos ng walang kabuluhan.

Isa pang pangkaraniwang gawain ng tao sa pagbanggit sa pangalan ng Diyos ng walang kabuluhan ay kung hindi naman nila hinahanap ang Diyos pagkatapos ay nagkaroon ng mabigat na problema, masama ang loob na magsasabing "Walang pakialam ang Diyos!" O kaya "Kung totoong buhay ang Diyos, papaano Niya pinapayagang mangyari ito?!"

Paano tayo tatawaging walang kasalanan kung tayong mga nilalang ay hindi ginagamit ng tama ang pangalan ng ating Manlilikha, ang Manlilikhang karapat-dapat na tumanggap ng lahat ng kaluwalhatian at paggalang? Kaya dapat na parangalan natin ang Diyos at sikaping mamuhay sa katotohanan sa pamamagitan ng palagiang pagsisiyasat ng mga sarili natin para makatiyak na hindi tayo nagpapakita ng kabastusan o kawalang-galang sa Diyos.

Kaya bakit kasalanan ang pagbanggit sa pangalan ng Diyos nang walang kabuluhan?

Una Sa Lahat, Ang Maling Paggamit Ng Pangalan Ng Diyos Ay Tanda Na Hindi Tayo Sumasampalataya Sa Kanya.

Kahit sa pangkat ng mga pilosopo na nagsasabing pinag-aaralan nila ang kahulugan ng buhay at ng sansinukob, may mga nagsasabing "Patay ang Diyos." At kahit ang mga ordinaryong tao ay nagsasabing "Walang Diyos."

Minsan sinabi ng isang astronaut na taga Russia, "Naglakbay ako sa kalawakan at hindi ko nakita ang Diyos." Ngunit bilang isang astronaut, dapat na mas nalaman niya kaysa sa iba na ang lugar na kanyang ginalugad ay isa lamang napakaliit na bahagi ng napakalawak na sansinukob. Kamangmangan ang magsabing ang Diyos na Manlilikha ng buong sansinukob ay wala dahil hindi niya nakita ang Diyos sa napakaliit na lugar na narating niya!

Mababasa sa Mga Awit 53:1, *"'Walang Diyos', sinasabi ng pusong hangal. Sila'y masasama at gumagawa ng kasamaang karumaldumal, wala isa mang gumagawa ng mabuti."* Ang taong nakakita ng sansinukob na may mapagkumbabang puso ay makakatuklas ng hindi mabilang na pagpapatunay na nagtuturo sa Diyos na Manlilikha (Mga Taga-Roma 1:20).

Lahat ay binigyan ng Diyos ng pagkakataong sumampalataya sa Kanya. Bago pa sa panahon ni Jesu-Cristo, sa Lumang Tipan, hinipo ng Diyos ang puso ng mabubuting tao para madama nila ang buhay na Diyos. Sa Bagong Tipan ngayon, ang Diyos ay patuloy na kumakatok sa pintuan ng puso ng mga tao sa iba't ibang paraan upang makilala Siya.

Kaya binubuksan ng mga mabubuting tao ang kanilang mga puso at tinatanggap si Jesu-Cristo at naliligtas, sa anumang paraan nila narinig ang ebanghelyo. Niloloob ng Diyos ang mga masigasig na humahanap sa Kanya para maranasan ang Kanyang presensya sa pamamagitan ng malakas na pakiramdam ng kanilang puso habang nananalangin, sa pamamagitan ng pangitain, o espirituwal na panaginip.

Minsan ay narinig ko ang patotoo ng isa sa mga miyembro

ng iglesya, at manghang-mangha ako. Isang gabi, napanaginipan ng babaing ito ang kanyang inang kamamatay pa lang dahil sa kanser sa sikmura. Sinabi ng ina, "Kung nakilala ko lang si Dr. Jaerock Lee, ang Punong Pastor ng Manmin Cental Church, siguradong gumaling ako..." Pamilyar na sa babaing ito ang Manmin Central Church, dahil sa karanasang ito, ang buong pamilya niya ay naging miyembro ng iglesya at ang kaisa-isang anak na lalaki ay gumaling sa kanyang epilepsy.

May mga tao pa ring itinatatwa na may Diyos, sa kabila ng katotohanang nagpapamalas Siya sa maraming kaparaanan. Dahil ito sa kanilang masasama at mangmang na mga puso. Kung ang mga taong ito ay magpapatuloy na magmatigas laban sa Diyos, at magsasalita ng padalus-dalos tungkol sa Kanya, nang hindi man lang naniniwala, paano Niya sila tatawaging walang kasalanan?

Ang bawat kilos natin ay nakikita ng nag-aalab na mata ng Diyos, na nakakaalam ng bilang ng ating mga buhok. Kung pinaniniwalaan ng mga tao ang katotohanang ito, hindi nila magagawang balewalain ang pangalan ng Diyos. May mga taong sa tingin ay naniniwala ngunit sa kaibuturan ng kanilang mga puso ay hindi naman, babanggitin pa rin nila ng walang kabuluhan ang pangalan ng Diyos. Ito ay kasalanan sa harapan ng Diyos.

Pangalawa, Ang Maling Paggamit Ng Pangalan Ng Diyos Ay Pagbalewala Sa Diyos.

Kung binabalewala natin ang Diyos, ibig sabihin ay hindi natin

Siya iginagalang. Kung nakakaya nating hindi igalang ang Diyos na Manlilikha, hindi natin masasabing wala tayong kasalanan.

Isinasaad ng Mga Awit 96:4, *"Sapagkat dakila ang PANGINOON, at karapat-dapat na purihin; Siya'y dapat katakutan nang higit kaysa lahat na diyos."* Sa 1 Kay Timoteo 6:16, isinasaad na *"Siya lamang ang walang kamatayan at naninirahan sa liwanag na di malapitan; na hindi nakita ng sinumang tao, o makikita man. Sumakanya nawa ang karangalan at paghaharing walang hanggan. Amen."*

Mababasa sa Exodo 33:20, *"'Ngunit', Kanyang sinabi, 'Hindi mo maaaring makita ang Aking mukha; sapagkat hindi Ako maaaring makita ng tao at siya'y mabubuhay.'"* Napakadakila at napakamakapangyarihan ng Diyos na Manlilikha na tayong mga nilikha Niya ay hindi na lang basta-basta titingin sa Kanya kung kailan natin gustuhin.

Kaya noong unang panahon, ang mga taong may malinis na konsiyensya, kahit na hindi nila kilala ang Diyos ay may mga salitang paggalang kung tinutukoy nila ang kalangitan. Halimbawa, sa Korea, gumagamit sila ng mga salitang tinatawag na "honorific" o may pagpipitagan, kung pinag-uusapan ang kalangitan o ang panahon bilang pagpapakita ng paggalang sa Manlilikha. Maaaring hindi nila nakilala ang Panginoong Diyos, ngunit alam nilang mayroong makapangyarihang Manlilikha ng sansinukob na nagbibigay sa kanila ng mga bagay na kailangan nila, tulad ng ulan. Kaya nais nilang magpakita ng paggalang sa

Kanya sa pamamagitan ng mga salita nila.

Karamihan sa mga tao ay nagpapakita ng paggalang at tama lang ang pagtawag sa kanilang mga magulang o sa mga taong tunay na iginagalang nila ng buong puso. Kaya kung pinag-uusapan natin ang Diyos na Manlilikha ng sansinukob at Tagapagbigay ng buhay, hindi ba dapat na tukuyin natin Siya sa pinakabanal na saloobin at sa mga salitang may pinakamataas na paggalang?

Kalungkut-lungkot na may mga tao ngayong tinatawag ang sarili nilang mga mananampalataya pero nagpapakita ng paggalang sa Diyos, at hindi sineseryoso ang Kanyang pangalan. Halimbawa, ginagawang biro ang paggamit ng pangalan ng Diyos o kaya ay pabalang na bumabanggit ng mga talata sa Biblia. Dahil sinasabi sa Biblia na *"Ang Salita ay Diyos,"* (Juan 1:1), kung hindi natin ito iginagalang, para na ring hindi natin iginagalang ang Diyos.

Isa pang paraan ng hindi paggalang sa Diyos ay ang pagsisinungaling gamit ang Kanyang pangalan. Isang halimbawa nito ay kung ang isang tao ay nag-imbento ng kwento at sinasabi niya, "Ito ang boses ng Diyos," o "Ito ay pag-udyok ng Banal na Espiritu." Kung ipinagpapalagay natin na kabastusan ang paggamit sa pangalan ng isang may idad na, hindi ba dapat na mas lalo pa tayong mag-ingat sa pagbanggit ng pangalan ng Diyos sa ganoong paraan?

Alam ng makapangyarihang Diyos ang puso at isipan ng lahat ng nilikha katulad ng Kanyang palad. At alam Niya kung ang bawat ikinikilos ay nagmumula sa udyok ng masama o mabuti. Sa matang katulad ng apoy, tinitingnan ng Diyos ang buhay ng bawat tao, at huhusgahan Niya ang bawat isa ng naaayon sa kanyang mga ginagawa. Kung tunay na pinapaniwalaan ito ng isang tao, tiyak na hindi niya gagamitin sa maling paraan o magkakasala sa pagiging mapangahas sa Kanya.

Isa pang dapat nating tandaan na ang mga taong tunay na nagmamahal sa Diyos ay hindi lang dapat maging maingat sa paggamit ng Kanyang pangalan kundi sa pakikitungo sa lahat ng bagay na may kinalaman sa Kanya. Ang mga tunay na nagmamahal sa Diyos ay pinakaiingatan ang simbahan at mga kagamitan nito nang higit sa mga pag-aari nila. At sila ay napakaingat sa paghawak ng pera ng iglesya, kahit pa gaano kaliit ito.

Halimbawang nakabasag ka ng tasa, o ng salamin o ng bintana ng simbahan, magkukunwari ka bang hindi ito nangyari at kakalimutan mo na ito? Kahit na gaano pa kaliit ito, ang mga bagay na nakalaan para sa Diyos at sa Kanyang ministeryo ay hindi dapat pabayaan o tratuhin ng hindi tama.

Maging maingat din tayo sa paghatol o pagmamaliit sa lingkod ng Diyos, o ang isang pangyayaring ginabayan ng Banal na Espiritu, dahil direkta silang may kinalaman sa Diyos.

Kahit na maraming kasamaan ang ginawa ni Saul laban kay

David, at isa itong malaking hadlang sa kanya, iniligtas pa rin ni David ang buhay niya hanggang sa huli, dahil si Saul ay naging hari na hinirang ng Diyos (1 Samuel 26:23). Gayundin, ang taong nagmamahal at gumagalang sa Diyos ay magiging napakaingat sa paghawak ng lahat ng mga bagay na may kinalaman sa Diyos.

Pangatlo, Ang Maling Pagbanggit Ng Pangalan Ng Diyos Ay Pagsisinungaling Sa Pangalan Niya.

Kung titingnan mo ang Lumang Tipan, may mga bulaang propeta nang nakaukit sa kasaysayan ng Israel. Ang mga bulaang propetang ito ay nandaya sa mga tao dahil sa maling impormasyon na sinasabi nilang nagmula sa Diyos pero hindi naman talaga.

Sa Deuteronomio 18:20, nagbibigay ang Diyos ng mahigpit na babala laban sa mga taong ganito. Sinasabi Niya, *"Ngunit ang propetang magsasalita ng salitang may kapangahasan sa Aking pangalan, na hindi Ko iniutos na kanyang sabihin o magsasalita sa pangalan ng ibang mga diyos, ang propetang iyon ay mamamatay."* Kung may nagsisinungaling na ginagamit ang pangalan ng Diyos, ang parusa sa kanila ay kamatayan.

Isinasaad ng Apocalipsis 21:8, *"Ngunit sa mga duwag, sa mga hindi nananampalataya, mga karumaldumal, mga mamamatay-tao, mga mapakiapid, mga mangkukulam, mga sumasamba sa mga diyos-diyosan, at sa lahat na mga sinungaling, ang kanilang bahagi ay sa lawa na nagliliyab sa apoy at asupre, na siyang ikalawang kamatayan."*

Kung may pangalawang kamatayan, ibig sabihin, may unang kamatayan. Tumutukoy ito sa mga taong namamatay dito sa mundo na hindi naniniwala sa Diyos. Ang mga taong ito ay tutungo sa Mababang Libingan at doon sila tatanggap ng napakasakit na parusa dahil sa kanilang kasalanan. Sa kabilang banda, ang mga naligtas ay magiging parang mga hari sa loob ng isang libong taon sa Kaharian ng Milenyo sa mundong ito pagkatapos na katagpuin ang Panginoong Jesu-Cristo sa himpapawid sa Kanyang ikalawang pagparito.

Pagkatapos ng Kaharian ng Milenyo, magkakaroon ng Dakilang Paghuhukom sa Puting Trono kung saan ang lahat ay hahatulan at tatanggap ng espirituwal na gantimpala o kaparusahan, sang-ayon sa kanilang mga ginawa. Sa panahong iyon, ang mga kaluluwang hindi naligtas ay bubuhaying muli para harapin ang paghatol, at bawat isa, sang-ayon sa bigat ng kanilang kasalanan ay papasok sa dagat-dagatang apoy o nasusunog na asupre. Ito ang tinatawag na pangalawang kamatayan.

Sinasabi ng Biblia na lahat ng sinungaling ay makakaranas ng pangalawang kamatayan. Tinutukoy dito ang sinumang nagsisinungaling sa pangalan ng Diyos. Hindi lang ito para sa mga bulaang propeta; kundi sa mga sumusumpa sa pangalan ng Diyos at binabali ang sumpa, dahil katulad din ito ng pagsisinungaling sa Kanyang pangalan, samakatuwid, maling pagbanggit nito. Sa Levitico 19:12, sinasabi ng Diyos, *"At huwag kayong susumpa sa pamamagitan ng Aking pangalan sa kasinungalingan; sa gayo'y lalapastanganin ninyo ang pangalan ng inyong Diyos: Ako ang PANGINOON."*

Ngunit may mga mananampalatayang paminsan-minsan ay nagsisinungaling sa paggamit ng pangalan ng Diyos. Halimbawa, maaaring sabihin nila, "Habang ako ay nananalangin nakarinig ako ng boses ng Banal na Espiritu. Alam kong pagkilos ito ng Diyos," kahit na walang kinalaman ang Diyos dito. O kaya naman, maaari silang may nakitang pangyayari at kahit na wala pang katiyakan, sasabihin nila, "Ang Diyos ang may gawa nito." Mabuti ito kung talagang gawa ito ng Diyos, pero magiging problema ito kung hindi ito pagkilos ng Banal na Espiritu at nakaugalian na lang na sinasabi ito.

Natural lang na bilang anak ng Diyos, dapat ay palagi tayong nakikinig sa boses ng Banal na Espiritu at tumatanggap ng Kanyang gabay. Pero mahalagang malaman mo na hindi ibig sabihin na dahil ligtas ka at anak ka ng Diyos ay makakarinig ka na palagi ng boses ng Banal na Espiritu. Ayon sa pagkapuspos ng katotohanan ng isang tao at kung gaano napatawad sa kasalanan, maririnig ang boses ng Banal na Espiritu nang mas maliwanag. Kaya kung ang isang tao ay hindi namumuhay sa katotohanan at nakikipagkasundo sa mundo, hindi niya maririnig ng malinaw ang boses ng Banal na Espiritu.

Kung sinuman ay puspos ng kasinungalingan at ipinag-iingay at ipinagyayabang ang bunga ng kanyang makalamang pag-iisip bilang pagkilos ng Banal na Espiritu, hindi lang siya nagsisinungaling sa mga tao kundi sa harapan ng Diyos. Kung narinig man niya ang boses ng Banal na Espiritu, hangga't hindi niya naririnig ng 100%, kailangan niyang maging maingat. Kaya dapat nating pigilin ang sarili sa padalos-dalos na pagtawag na pagkilos ng Banal na Espiritu ang isang bagay at dapat ding mag-ingat tayong mabuti sa pakikinig sa mga ganitong pahayag.

Ganito rin ang tuntunin sa mga panaginip, pangitain, at iba pang espirituwal na karanasan. May mga panaginip na bigay ng Diyos, ngunit may ibang panaginip na nangyayari dahil sa malakas na pagnanasa o pag-aalala ng isang tao. At ang ibang panaginip ay maaari ring gawa-gawa ni Satanas, kaya walang dapat magsabi agad na "Ang panaginip na ito ay ibinigay ng Diyos," dahil hindi tamang gawin iyan sa harapan ng Diyos.

May mga pagkakataong sinisisi ng mga tao ang Diyos dahil sa mga pagdurusa o paghihirap na sa totoo ay gawa ni Satanas dahil na rin sa kanilang kasalanan. At may mga panahon na inilalagay ng tao ang pangalan ng Diyos sa mga bagay ng walang pag-iingat dahil sa nakaugalian. Kapag maganda ang nangyayari, sasabihin "Pinagpala ako ng Diyos." Kapag naman dumarating ang paghihirap, sasabihin nila, "Ay, pinagsarhan ako ng pintuan ng Diyos." May magbibigay ng patotoo ng pananampalataya, ngunit mahalagang malaman ang malaking pagkakaiba ng patotoong nagmumula sa pusong malinis at sa patotoong nagmumula sa isang pusong bastos at mayabang.

Isinasaad ng Mga Kawikaan 3:6, *"Sa lahat ng iyong mga lakad Siya'y iyong kilalanin, at itutuwid Niya ang iyong mga landasin."* Hindi nangangahulugang tatawagin natin ang lahat ng bagay sa banal na pangalan ng Diyos. Ang sinumang papahalagahan ang Diyos sa lahat ng kanyang pamamaraan ay magsisikap na mamuhay sa katotohanan sa lahat ng oras at magiging maingat sa pagbanggit sa pangalan ng Diyos. At kung kinakailangan niyang gamitin ito, gagawin niya ito ng may tapat at mahinahong puso.

Kaya kung ayaw nating magkasala sa paggamit sa maling paraan ng pangalan ng Diyos, magsikap tayong magbulay ng salita Niya araw at gabi, maging mapagmatyag sa pananalangin, at mapuspos ng Banal na Espiritu. Kung gagawin natin ito, doon lang tayo malinaw na makakarinig ng boses ng Banal na Espiritu at makakakilos nang tama, sang-ayon sa Kanyang paggabay.

Palagi Siyang Sambahin, Nang Maituring Na Marangal

Ang Diyos ay palaging tama at metikuloso. Kaya ang bawat isang salitang ginagamit Niya sa Biblia ay tama at wasto. Kapag titingnan mo kung papaano Niya kinakausap ang mga mananampalataya, makikita mong ginagamit ng Diyos ang angkop na salita sa sitwasyon. Halimbawa, ang pagtawag niya ng "Kapatid," at ng "Minamahal," ay naghahatid ng magkaibang tono at kahulugan. Kung minsan, tinatawag Niya ang mga tao ng "Mga Ama," o "Mga Kabataan," o "Mga Bata," at iba pa, gumagamit Siya ng angkop na mga salita na may tamang-tamang kahulugan, depende sa sukat ng pananampalataya ng kausap Niya (1 Mga Taga-Corinto 1:10; 1 Juan 2:12-13, 3:21-22).

Ganoon din ang paggamit sa mga pangalan ng Banal na Trinidad o Tatlong Persona. Makikita natin ang iba't ibang pangalan para sa Tatlong Persona: Panginoong Diyos, Jehovah, Diyos Ama, ang Mesiyas, Panginoong Jesus, Jesu-Cristo, Tupa, Espiritu ng Panginoon, Espiritu ng Diyos, Sagradong Espiritu, Espiritu ng Kabanalan, Banal na Espiritu, Espiritu (Genesis 2:4; 1 Mga Cronica 28:12; Mga Awit 104:30; Juan 1:41; Mga Taga-Roma 1:4).

Lalung-lalo na sa Bagong Tipan, bago pa ipinasan ni Jesu-Cristo ang krus, tinawag Siyang "Jesus, Guro, Anak ng Tao," ngunit pagkamatay Niya at pagkabuhay na mag-uli, tinawag Siyang "Jesu-Cristo, ang Panginoong Jesu-Cristo, Jesu-Cristo ng Nazareth" (1 Kay Timoteo 6:14; Ang Mga Gawa 3:6).

Bago Siya ipako sa krus, hindi pa Niya nagaganap ang Kanyang misyon bilang Tagapagligtas, kaya tinawag Siyang "Jesus," na ang kahulugan ay "Ang Siyang magliligtas ng Kanyang bayan sa kanilang mga kasalanan" (Mateo 1:21). Ngunit nang matapos na Niya ang Kanyang misyon, tinawag na Siyang

"Cristo," na taglay ang kahulugang "Tagapagligtas."

Ang Diyos na perpekto ay nagnanais na tayo rin ay maging tama at perpekto sa ating mga salita at kilos. Kaya sa tuwing babanggitin natin ang banal na pangalan ng Diyos, dapat na tama ang ating pagpapahayag. Kaya sinasabi ng Diyos sa bandang huling bahagi ng 1 Samuel 2:30, *"Sapagkat ang mga nagpaparangal sa Akin ay Aking pararangalan, at ang mga humahamak sa Akin ay mawawalan ng kabuluhan."*

Samakatuwid, kung tunay na pinahahalagahan natin ang Diyos mula sa kaibuturan ng ating mga puso, hindi tayo magkakasala sa maling paggamit ng Kanyang pangalan, at matatakot tayo sa Kanya sa lahat ng sandali. Kaya panalangin kong palagi kayong maging handa sa pananalangin, at maingat sa inyong puso, para ang pamumuhay ninyo ay makapagbigay ng luwalhati sa Diyos.

Kabanata 5
Ang Ikaapat na Utos

"Alalahanin Mo Ang Araw Ng Sabbath, Upang Ingatan Itong Banal"

Exodo 20:8-11

"Alalahanin mo ang araw ng Sabbath, upang ingatan itong banal. Anim na araw kang gagawa at iyong gagawin ang lahat ng iyong gawain; ngunit ang ikapitong araw ay Sabbath sa PANGINOON mong Diyos. Sa araw na ito ay huwag kang gagawa ng anumang gawain, ikaw o ang iyong anak na lalaki, ang iyong anak na babae, ang iyong aliping lalaki, ang iyong aliping babae, ang iyong mga baka, ang dayuhang nasa loob ng iyong mga pintuan; sapagkat sa loob ng anim na araw ay ginawa ng PANGINOON ang langit at lupa, ang dagat, at lahat ng naroroon, at nagpahinga sa ikapitong araw; kaya't binasbasan ng PANGINOON ang araw ng Sabbath, at ginawa itong banal."

Kung tinanggap mo na si Cristo at naging anak ka na ng Diyos, ang unang mga bagay na dapat mong gawin ay ang sumamba sa Diyos tuwing Linggo at maghandog ng buong ikapu. Dahil ang paghahandog ng buong ikapu at kaloob ay pagpapakita ng iyong pananampalataya sa kapangyarihan ng Diyos sa lahat ng pisikal at materyal na bagay. Ang pag-aalala sa araw ng Sabbath ay pagpapakita ng pananampalataya mo sa kapangyarihan ng Diyos sa lahat ng espirituwal na bagay (Tingnan sa Ezekiel 20:11-12).

Kapag kumikilos ka ng may pananampalataya, at kinikilala ang espirituwal at pisikal na kapangyarihan ng Diyos, pag-iingatan ka ng Diyos sa mga sakuna, tukso, at pagkabalisa. Ang paghahandog ng ikapu ay tatalakayin ng mas detalyado sa Kabanata 8, kaya ang kabanatang ito ay itutuon sa pagpapanatiling banal ng araw ng Sabbath.

Bakit Naging Linggo Ang Araw Ng Sabbath

Ang araw ng pamamahinga na alay sa Diyos ay tinatawag na araw ng "Sabbath." Ito ay nagsimula nang ang Diyos na Manlilikha ay nilalang ang sansinukob at ang tao sa loob ng anim na araw at nagpahinga sa ikapitong araw (Genesis 2:1-3). Pinagpala ng Diyos ang araw na ito at ginawa Niyang banal, at inatasan ang tao na magpahinga rin sa araw na ito.

Sa panahon ng Lumang Tipan, ang araw ng Sabbath ay Sabado. At magpahanggang ngayon, nananatili itong Sabado para sa mga Judio. Ngunit sa pagpasok natin sa panahon ng Bagong Tipan, naging Linggo na ang araw ng Sabbath at nagsimula nang tawagin itong "Araw ng Panginoon." Isinasaad sa Juan 1:17, *"Sapagkat ibinigay sa pamamagitan ni Moises ang kautusan; ang biyaya at ang katotohanan ay dumating sa pamamagitan ni Jesu-Cristo."* At sa Mateo 12:8, *"Sapagkat ang Anak ng Tao ay Panginoon ng Sabbath."* At ito na nga ang nangyari.

Bakit nga ba naging Linggo ang araw ng Sabbath na dating Sabado? Dahil ang araw na ang sangkatauhan ay nagkakaroon ng tunay na pahinga sa pamamagitan ni Jesu-Cristo ay Linggo.

Dahil sa pagsuway ng unang taong si Adan, lahat ay naging alipin ng kasalanan at hindi nagkaroon ng tunay na Sabbath. Maaari lamang makakain ang tao sa pamamagitan ng pagpapawis at kinailangan siyang magdusa at makaranas ng pagluha dahil sa lungkot, sakit at kamatayan. Ito ang dahilan kung bakit si Jesus ay bumaba sa lupa bilang tao at napako sa krus, para pagbayaran ang lahat ng kasalanan ng sangkatauhan. Namatay Siya at nabuhay na mag-uli sa ikatlong araw, napagtagumpayan ang kamatayan at naging unang bunga ng muling pagkabuhay.

Nalutas ni Jesus ang usapin tungkol sa kasalanan at naghandog ng tunay na Sabbath sa sangkatauhan, isang madaling araw ng Linggo, ang unang araw pagkatapos ng Sabbath. Dahil dito, sa panahon ng Bagong Tipan, ang araw ng Linggo – ang araw na naganap ni Jesu-Cristo ang daan patungong kaligtasan ng sangkatauhan – ang naging araw ng Sabbath.

Si Jesu-Cristo, ang Panginoon ng Sabbath

Tinukoy din ng mga disipulo ng Panginoon ang Linggo para maging araw ng Sabbath, bilang pag-unawa sa espirituwal na kahalagahan nito. Mababasa sa Ang Mga Gawa 20:7, *"Nang unang araw ng sanlinggo, nang kami ay nagtitipon upang magputul-putol ng tinapay,"* at 1 Mga Taga-Corinto 16:2, *"Tuwing unang araw ng sanlinggo, ang bawat isa sa inyo ay magbukod at maglaan ayon sa kanyang makakaya, upang huwag nang gumawa ng mga ambagan pagdating ko."*

Alam ng Diyos na mangyayari ang pagbabagong ito, kaya nagpahiwatig Siya sa Lumang Tipan nang sabihin Niya kay Moises, *"Magsalita ka sa mga anak ni Israel, at sabihin mo sa kanila: 'Kapag kayo'y dumating sa lupain na aking ibinibigay sa inyo, at inyong nagapas na ang ani niyon, ay dalhin ninyo sa pari ang unang bunga ng inyong inani. Iwawagayway niya ang bigkis sa harapan ng PANGINOON upang kayo'y tanggapin; sa kinabukasan pagkatapos ng Sabbath, ito ay iwawagayway ng pari. At ikaw ay maghahandog ng isang taong gulang na kordero na walang kapintasan, sa araw na iyong iwagayway ang bigkis bilang handog na sinusunog sa*

PANGINOON'" (Levitico 23:10-12).

Sinasabi ng Diyos sa mga Israelita na sa oras na pumasok sila sa lupain ng Canaan, ihahandog nila ang una nilang inaning butil sa araw pagkatapos ng Sabbath. Ang unang inaning butil ay kumakatawan sa Panginoon na naging unang bunga ng muling pagkabuhay. At ang isang taong gulang na tupa na walang bahid ay nagsisimbulo kay Jesu-Cristo, ang Kordero ng Diyos.

Ang mga talatang ito ay nagpapakita na ang Linggo, na araw pagkatapos ng Sabbath, si Jesus na naging handog para sa kapayapaan at unang bunga ng muling pagkabuhay ay maghahandog ng muling pagkabuhay at tunay na Sabbath sa lahat ng sasampalataya sa Kanya.

Dahil dito, ang Linggo na araw nang mabuhay na muli si Jesu-Cristo ay naging araw ng tunay na galak at pagpapasalamat. Ang araw nang ang bagong buhay ay nailarawan at ang daan patungo sa buhay na walang hanggan ay nabuksan. Ang araw na ang tunay na Sabbath ay magaganap.

"Alalahanin Mo Ang Araw Ng Sabbath, Upang Ingatan Itong Banal"

Bakit ginawa ng Diyos na banal ang araw ng Sabbath at bakit Niya sinasabihan ang Kanyang mga lingkod na panatilihin itong banal?

Kahit na tayo ay nasa mundong materyal na bagay ang pinagtutuunan ng pansin, nais ng Diyos na alalahanin din natin ang mga bagay ng espirituwal na daigdig. Nais Niyang makatiyak na ang pag-asa natin ay hindi lamang sa mga bagay na nasisira dito sa mundo. Nais Niyang alalahanin natin ang Panginoon na Manlilikha ng sansinukob at magkaroon tayo ng pag-asa sa tunay at walang hanggang Sabbath ng Kanyang kaharian.

Isinasaad sa Exodo 20:9-10, *"Anim na araw kang gagawa at iyong gagawin ang lahat ng iyong gawain; ngunit ang ikapitong araw ay Sabbath sa PANGINOON mong Diyos. Sa araw na ito ay huwag kang gagawa ng anumang gawain, ikaw o ang iyong anak na lalaki, ang iyong anak na babae, ang iyong aliping lalaki, ang iyong aliping babae, ang iyong mga baka, ang dayuhang nasa loob ng iyong mga pintuan."* Ibig sabihin na walang magtatrabaho sa araw ng Sabbath. Kasama ka dito, ang mga alipin mo, mga hayop, at sinumang bisita sa iyong tahanan.

Ito ang dahilan kung bakit ang mga Orthodox na Judio o mga Judiong sumusunod sa tradisyon ay hindi pinapayagang maghanda ng pagkain, magbuhat ng mabibigat, o magbiyahe sa malalayong lugar sa araw ng Sabbath. Dahil ang mga gawaing ito ay itinuturing na trabaho, hindi ito pagsunod sa mga alituntunin ng Sabbath. Magkagayun man, ang mga pagbabawal na ito ay ginawa ng mga tao at ipinasa lang ng mga matatanda, kaya hindi ito batas ng Diyos.

Halimbawa, nang ang mga Judio ay naghahanap ng dahilan para makapag-akusa laban kay Jesus, nakakita sila ng isang lalaking tuyo ang isang kamay at tinanong nila si Jesus, "Sang-ayon ba sa batas na magpagaling sa araw ng Sabbath?" Itinuturing pa nilang "trabaho" ang pagpapagaling sa isang maysakit at ito ay labag sa batas.

Sinagot sila ni Jesus, *"Sino kaya sa inyo, na kung mayroon siyang isang tupa, at nahulog ito sa isang hukay sa araw ng Sabbath, ay hindi ba niya ito aabutin, at hahanguin? Gaano pa ngang higit na mahalaga ang isang tao kaysa isang tupa! Kaya't matuwid na gumawa ng mabuti sa araw ng Sabbath"* (Mateo 12:11-12).

Ang pagpapanatili ng Sabbath na tinutukoy ng Diyos ay hindi lang simpleng pagtigil sa trabaho. Kapag ang mga hindi mananampalataya ay nagpapahinga sa trabaho at tumitigil sa bahay, o lumalabas para maaliw, ito ay pisikal na pamamahinga sa trabaho. Ito ay hindi itinuturing na "sabbath," dahil hindi ito nagbibigay sa atin ng tunay na buhay. Dapat muna nating maunawaan ang espirituwal na kahulugan ng "Sabbath," upang ito ay mapanatili nating banal, at mapagpala tayo, na siyang unang intensiyon ng Diyos para sa atin.

Ang nais ng Diyos na gawin natin sa araw na ito ay hindi pisikal na magpahinga, kundi espirituwal na magpahinga. Ipinaliliwanag ng Isaias 58:13-14 na sa araw ng Sabbath, dapat umiwas ang mga tao na gawin kung anong gusto nila, pumunta sa daang nais nila, magsasalita ng walang saysay, at magpapakasaya sa galak ng mundo. Sa halip, dapat nilang panatilihing banal ang araw na ito.

Sa araw ng Sabbath, hindi dapat maguluhan sa mga pangyayari sa mundo, kundi pumunta sa iglesya na katawan ng Panginoon; makisalo sa tinapay ng buhay na salita ng Diyos; makisama sa Panginoon sa pamamagitan ng pananalangin at pagpupuri; at espirituwal na magpahinga sa Panginoon. Sa pamamagitan ng pakikisama, ang mga mananampalataya ay dapat makibahagi sa biyaya ng Diyos at magpalakasan ng pananalig ng isa't isa. Kapag tayo ay espirituwal na nagpapahinga, pinalalago ng Diyos ang ating pananalig at pinasasagana ang ating kaluluwa.

Kaya ano ba ang pinakamabuting gawin para panatilihing banal ang araw ng Sabbath?

Una, Dapat Nating Hangarin Ang Mga Pagpapala Ng Araw Ng Sabbath At Ihanda Ang Ating Mga Sarili Para Maging Malinis Na Sisidlan.

Ang araw ng Sabbath ay araw na inihiwalay ng Diyos bilang banal, at isa itong araw na puno ng ligaya kapag tayo ay nakakatanggap ng mga pagpapala mula sa Diyos. Ang huling bahagi ng Exodo 20:11 ay nagsasaad ng ganito, *"Kaya't binasbasan ng PANGINOON ang araw ng Sabbath, at ginawa itong banal,"* at ang Isaias 58:13 ay nagsasabi, *"At iyong tinawag ang Sabbath bilang isang kasiyahan, at marangal ang banal na araw ng PANGINOON."*

Kahit sa panahon ngayon, dahil pinananatili ng mga Israelita ang Sabado bilang Sabbath, tulad noong panahon ng Lumang Tipan, pinaghahandaan nila ang Sabbath isang araw bago ito dumating. Nagluluto na sila, at kung ang trabaho nila ay malayo sa bahay, aaregluhin na nilang makauwi bago mag-Biyernes ng gabi.

Tayo rin ay dapat maghanda para sa Sabbath bago mag-Linggo. Dapat tayong gising sa pananalangin bago dumating ang Linggo at sikaping mamuhay sa katotohanan sa lahat ng oras para hindi magkaroon ng hadlang na kasalanan sa Diyos.

Kaya ang pagpapanatiling banal ang araw ng Sabbath ay hindi lang paghahandog sa Diyos ng isang araw. Ibig sabihin ay pamumuhay sa loob ng isang linggo ng naaayon sa salita ng Diyos. Kaya pag may nagawa tayong bagay na hindi katanggap-tanggap sa Diyos sa linggong iyon, magsisi tayo at maghanda para sa Linggo na may malinis na puso.

At sa pagdalo natin sa Linggo ng pagsamba, dapat tayong lumapit sa Diyos na may mapagpasalamat na puso. Lumapit tayo sa Kanya na may nagagalak at umaasang puso, tulad ng isang ikakasal na babae na naghihintay sa kanyang mapapangasawa. Sa ganitong uri ng saloobin, pisikal na paghahanda sa sarili ang pagligo, o maaari ring pumunta sa barbero o salon para matiyak na mukha tayong malinis at maayos.

Maaari rin tayong maglinis ng bahay. Dapat ding mas

maaga tayong pumili ng maayos at malinis na isusuot sa simbahan. Hindi tayo dapat makibahagi sa mga makamundong kaganapan kung Sabado ng gabi na nagpapatuloy hanggang Linggo. Umiwas tayo sa mga gawaing makakasagabal sa ating pagsamba sa Diyos kung Linggo. Gayon din, ingatan ang puso sa pagkairita, pagkagalit, o pagkabalisa, para masamba natin ang Diyos sa espiritu at katotohanan.

Kaya sa pusong nasasabik at nagmamahal, asamin natin ang Linggo at ihanda ang ating mga sarili para maging sisidlang karapat-dapat sa biyaya ng Diyos. Dahil dito ay mararanasan natin ang espirituwal na Sabbath sa Panginoon.

Pangalawa, Ihandog Natin Ang Buong Araw Ng Linggo Sa Diyos.

Kahit sa mga mananampalataya, may mga dumadalo sa pagsamba sa Diyos kung Linggo ng umaga lang, at hindi na dumadalo sa panggabing pagsamba. Ginagawa nila ito para magpahinga para sa gagawing paglilibang, o para sa iba pang pagkakaabalahan. Kung gusto nating panatilihing banal ang Sabbath na may pusong may takot sa Diyos, dapat gawin ito ng buong araw. Kaya lumiliban tayo sa maghapong gawain ay dahil hinahayaan nating sumunod ang ating puso sa kung anong makalulugod sa laman, at sinisikap makamtan ang makamundong mga bagay.

Sa ganitong saloobin, napakadaling guluhin ang ating isipan habang nasa pang-umagang gawain tayo. At kahit na dumalo tayo sa simbahan, hindi rin tayo makakapaghandog ng tamang pagsamba sa Diyos. Habang sumasamba tayo, napupuno ang ating isip tulad ng, "Uuwi ako pagkatapos ng gawain at magpapahinga," o "Ah, ang saya at magkikita-kita kami ng mga kaibigan ko pagkatapos nito," o "Dapat akong magmadali at buksan ang tindahan pagkatapos na pagkatapos nito." Lahat ng bagay na maiisip ay papasok at lalabas sa ating utak at hindi tayo makakapagtuon sa mensahe, o maaari rin tayong antukin o mapagod habang may pagsamba.

At sa mga bagong mananampalataya, dahil bago pa ang kanilang pananalig, madaling magulo ang kanilang isip, o dahil pagod ang kanilang katawan, maaari silang antukin. Dahil alam ng Diyos ang sukat ng pananampalataya ng bawat isa at tumitingin Siya sa kaibuturan ng ating puso, higit Siyang mahahabag sa kanila. Pero kung may isang mas malaki ang sukat ng pananampalataya na palagi na lang nagugulo at natutulog sa pagsamba, nagpapakita lang siya ng kawalang-paggalang sa Diyos.

Ang pananatiling banal ng Sabbath ay hindi nangangahulugang pagtigil lang sa loob ng simbahan kung Linggo. Ibig sabihin nito ay nakatuon sa Diyos ang kaibuturan ng ating puso at ang buong atensiyon natin. Ang ating tamang pagsamba lang sa Diyos ng buong araw ng Linggo sa espiritu at katotohanan, ang tatanggapin Niyang may kagalakan. Isa itong mabangong halimuyak ng ating puso sa pagsamba.

Para panatilihing banal ang Sabbath, mahalaga rin kung paano mo pinapalipas ang mga oras mo bukod sa pagsamba tuwing Linggo. Hindi tayo dapat mag-isip ng ganito, "dahil nakadalo na ako sa pagsamba, nagawa ko na ang lahat ng dapat kong gawin." Pagkatapos ng pagsamba kailangan nating makisama sa ibang mananampalataya at maglingkod sa kaharian ng Diyos sa paglilinis ng simbahan, o pamamahala ng trapiko sa paradahan ng simbahan, o paggawa ng iba pang trabaho sa simbahan ng walang bayad o pagboboluntaryo.

At pagkatapos ng araw at uuwi na tayo para magpahinga, pigilin natin ang sariling maglibang sa layuning malugod lang ang sarili. Sa halip, pagbulayan natin ang mensaheng narinig natin sa araw na iyon, o palipasin ang araw na pinag-uusapan at pinagbabahaginan ng pamilya ang tungkol sa biyaya at katotohanan ng Diyos. Magandang ideya ring patay ang telebisyon, ngunit kung sakaling manonood tayo, umiwas tayo sa mga palabas na mag-uudyok sa tawag ng laman o mag-uudyok sa ating humanap ng makamundong kasiyahan. Sa halip, manood tayo ng mga programang kapaki-pakinabang, malinis, at mas mabuti kung batay sa pananalig.

Kapag ipinapakita natin sa Diyos na nagsisikap tayong malugod Siya kahit pa ito maliliit na mga bagay, may galak na tatanggapin ng Diyos ang ating pagsamba, ng kapuspusan ng

Banal na Espiritu, at pagpapalain tayo upang magkaroon tayo ng tunay na kapahingahan, dahil tumitingin Siya sa kaibuturan ng ating puso.

Pangatlo, Huwag Tayong Gagawa Ng Makamundong Trabaho.

Nauunawaan ni Nehemias, gobernador ng Israel sa pamumuno ng Haring Artaxerxes na Hari ng Persia, ang kalooban ng Diyos. Hindi lang siya nagtayong muli ng pader ng lunsod ng Jerusalem kundi tiniyak niyang pinananatiling banal ng mga tao ang araw ng Sabbath.

Kaya ipinagbawal niya ang pagtatrabaho at pagtitinda tuwing araw ng Sabbath, at pinalayas pa niya ang mga taong natutulog sa labas ng lunsod na naghihintay doon upang magnegosyo pagkatapos ng araw ng Sabbath.

Sa Nehemias 13:17-18, nagbabala si Nehemias sa mga tao, *"Ano itong masamang bagay na inyong ginagawa, na inyong nilalapastangan ang araw ng Sabbath? Hindi ba ganito ang ginawa ng inyong mga ninuno, at hindi ba dinala ng ating Diyos ang lahat ng kasamaang ito sa atin, at sa lunsod na ito?"* Sinasabi ni Nehemias dito na ang pagnenegosyo sa araw ng Sabbath ay paglabag sa Sabbath at ginagalit nito ang Diyos.

Ang sinumang lumalabag sa Sabbath ay hindi kumikilala sa awtoridad ng Diyos at hindi naniniwala sa pangako Niyang pagpapalain ang mga nagpapanatiling banal ang araw ng

Sabbath. Kaya hindi sila iingatan ng Diyos na makatarungan, at kalamidad ang tiyak na dadating sa kanila.

Ganoon pa rin ang utos ng Diyos sa atin ngayon. Sinasabi Niya sa atin na magtrabaho tayong mabuti sa loob ng anim na araw, at magpahinga sa ikapitong araw. At kung aalalahanin natin ang araw ng Sabbath sa pananatiling banal nito, hindi lang tayo bibigyan ng Diyos ng sapat na kapalit ng ating kikitain sa pagtatrabaho ng pitong araw, kundi pagpapalain Niya tayo sa puntong ang ating mga 'bodega' ay aapaw.

Kapag titingnan mo ang Exodo 16, makikita mong naglaan ang Diyos ng manna at pugo araw-araw sa mga Israelita, at sa ikaanim na araw, nagbuhos Siya ng doble ng ibinibigay Niya upang makapaghanda sila para sa araw ng Sabbath. May mga Israelitang nangolekta ng manna noong araw ng Sabbath, dahil makasarili sila ngunit umuwi silang walang dala.

Ang espirituwal na batas na ito ay gumagana hanggang ngayon. Kung ang isang anak ng Diyos ay hindi sinusunod ang banal na Sabbath at nagpasiyang magtrabaho ng Sabbath, maaaring umani siya ng panandaliang tubo ngunit sa pangmatagalan, makakaranas siya ng pagkalugi sa iba't ibang kadahilanan.

Ang katotohanan, kahit mukha kang nagkakaroon ng tubo sa panahong iyon, kapag wala kang proteksiyon galing sa Diyos, may tiyak na problemang mararanasan. Maaaring maaksidente ka, o magkasakit ka at iba pa, na sa huli ay mas malaking kalugihan kaysa sa mga tubong kinita.

Salungat dito, kung naalala mo ang araw ng Sabbath para gawing banal, babantayan ka ng Diyos sa buong isang linggo at gagabayan ka patungo sa kasaganaan. Ang Banal na Espiritu ay magbabantay sa iyo ng Kanyang haligi ng apoy, at iingatan ka sa mga sakit. Pagpapalain ka at ang negosyo mo, ang pinagtatrabahuhan mo, at lahat ng puntahan mong lugar.

Kaya ginawa ng Diyos ang utos na ito na isa sa Sampung Utos. Itinalaga din Niyang malubhang parusa ang pagbato sa mga taong mahuhuling nagtatrabaho kung araw ng Sabbath para maalala ng Kanyang bayan at hindi makalimutan ang kahalagahan ng araw ng Sabbath at hindi bumaba sa daan ng kamatayang walang hanggan (Mga Bilang 15).

Noong sandaling tinanggap ko si Cristo sa buhay ko, tiniyak kong alalahanin ang Sabbath at panatilihin itong banal. Bago ko itinatag ang aming iglesya, nagpatakbo ako ng tindahan ng libro. Tuwing Linggo, maraming tao ang pumupunta sa tindahan na gustong manghiram o magsauli ng libro. At sa tuwing ito ay mangyayari, sinasabi ko, "Ngayon ay araw ng Panginoon, kaya sarado ang tindahan." Hindi ako nagnenegosyo sa araw na iyon. Bilang resulta, sa halip na makaranas ng pagkalugi, nagbuhos ang Diyos ng napakaraming biyaya sa anim na araw na nakabukas ang negosyo, ni hindi na kami kailangan pang mag-isip na magbukas pa tuwing Linggo!

Kapag Ang Pagtatrabaho O Pagnenegosyo Ay Pinapayagan Sa Araw Ng Sabbath

Kapag titingnan mo ang Biblia, may mga sitwasyong ang pagtatrabaho o pagnenegosyo tuwing araw ng Sabbath ay pinapayagan. Ito ang mga sitwasyong ang trabaho ay kailangan sa gawain ng Panginoon o paggawa ng mabubuting gawa tulad ng pagliligtas ng buhay ng tao.

Isinasaad ng Mateo 12:5-8, *"O hindi ba ninyo nabasa sa kautusan, kung paanong sa mga araw ng Sabbath ay winalang-galang ng mga pari sa templo ang Sabbath, at hindi sila nagkasala? Ngunit sinasabi ko sa inyo, isang higit na dakila kaysa templo ang narito. Ngunit kung nalaman ninyo kung ano ang kahulugan nito, 'Habag ang ibig Ko, at hindi handog,' hindi sana ninyo hinatulan ang mga walang sala. Sapagkat ang Anak ng Tao ay Panginoon ng Sabbath."*

Kapag ang mga pari ay pumapatay ng mga hayop para sa sinunog na handog sa araw ng Sabbath, hindi ito itinuturing na gawain. Kaya kahit na anong gawain para sa Panginoon sa araw ng Panginoon ay hindi itinuturing na pagkakasala sa Sabbath, dahil Siya ang Panginoon ng Sabbath.

Halimbawa, kung nais ng iglesya na maglaan ng pagkain para sa choir at sa mga guro dahil sa gawain nila sa kapilya ng buong araw, at ang simbahan ay walang kantina o akmang pasilidad para gawin ito, pinapayagan ng iglesya na bumili ng pagkain sa labas. Dahil ang Panginoon ng Sabbath ay si Jesu-Cristo, at ang pagbili ng pagkain ay gawain para sa Panginoon. Siyempre pa, higit na maganda kung ang pagkain ay maihahanda sa loob ng simbahan.

Kapag ang mga tindahan ng libro ay bukas kung Linggo sa loob ng simbahan, hindi ito itinuturing na paglapastangan sa Sabbath sapagkat ang mga bagay na itinitinda ng simbahan ay nagbibigay buhay sa mga mananampalataya sa Panginoon. Kasama dito ang Biblia, Himnario, recording ng mga sermon, at iba pang may kinalaman sa iglesya. Ang mga vending machine at kantina sa loob ng simbahan ay pinapayagan din dahil nakakatulong ito sa mga mananampalatayang nasa simbahan sa araw ng Sabbath. Ang tutubuin sa mga pagtitinda ay ginagamit para suportahan ang mga misyon at mabubuting gawain ng mga organisasyon, kaya iba ito sa mga tinutubo mula sa mga sekular na paninda na nagaganap sa labas ng simbahan.

Hindi rin itinuturing ng Diyos na paglabag ang ilang gawain sa araw ng Sabbath, katulad ng mga gawain ng militar, pulis, ospital at iba pa. Ito ay mga trabaho para protektahan at isalba ang mga buhay at gumawa ng kabutihan. Gayunman, kahit nasa ganito kang kategorya, sikapin mong magtuon sa Diyos, kahit man lang sa iyong puso. Ang puso mo ay dapat na nagnanais na humiling sa iyong amo na palitan ang iyong day off kung posible ito, para masunod mo ang Sabbath.

Ano naman ang mangyayari sa mga mananampalatayang magdadaos ng kanilang pag-iisang-dibdib kung araw ng Linggo? Kung sinasabi nilang sumasampalataya sila sa Diyos at idadaos ang kanilang kasal sa araw ng Linggo, nagpapakita ito na bata pa sila sa pananampalataya. Kapag nagpasiya silang magpakasal ng Linggo at walang dumalo sa kanilang kasal na taga-iglesya, maaaring sumama ang loob nila, at matisod sa kanilang pananalig. Kaya ang mga miyembro sa iglesya ay maaaring dumalo sa kasal pagkatapos ng pagsamba.

Ito ay pagpapakita ng konsiderasyon para sa mga taong ikakasal at para mapigilang masaktan at matisod. Gayunman, pagkatapos ng seremonya ay hindi katanggap-tanggap para sa iyo na makisalo pa sa handaan na para sa kasiyahan ng mga bisita.

Bukod sa mga sitwasyong ito, maaaring marami pang katanungan tungkol sa araw ng Sabbath. Ngunit sa sandaling maunawaan mo ang puso ng Diyos, madali mo nang mahahanap ang sagot sa mga tanong. Kapag itatakwil mo ang kasamaan sa puso mo, masasamba mo na ang Diyos ng buong puso mo. Maaari ka nang magmahal ng taos sa puso sa mga kaluluwa sa halip na hinuhusgahan mo sila batay sa mga alituntunin ng mga tao katulad ng mga Saduceo at Fariseo. Maaari ka nang magtamasa ng tunay na Sabbath sa Panginoon nang hindi nilalapastangan ang araw ng Panginoon. Kaya malalaman mo na ang kalooban ng Diyos sa lahat ng sitwasyon. Malalaman no na kung anong gagawin sa gabay ng Banal na Espiritu at palagi mong matatamasa ang kalayaan sa pamamagitan ng pamumuhay sa katotohanan.

Ang Diyos ay pag-ibig, kaya kapag ang Kanyang mga anak ay sumusunod sa Kanyang mga utos at ginagawa ang nakalulugod sa Kanya, ibibigay Niya ang lahat ng kanilang hilingin (1 Juan 3:21-22). Hindi Niya tayo bubuhusan ng Kanyang biyaya, kundi pagpapalain Niya tayo para tayo maging masagana at matagumpay sa lahat ng aspeto ng buhay natin. Sa dulo ng ating buhay, gagabayan Niya tayo sa pinakamagandang tahanan sa langit.

Inihanda Niya ang langit para sa atin upang katulad ng pagsasalo ng babae at lalaking ikakasal ng kanilang pag-ibig at kaligayahan, tayo rin ay makasalo ng pag-ibig at kaligayahang walang hanggan sa Panginoon. Ito ang tunay na Sabbath na inihanda ng Diyos para sa atin. Kaya nananalangin akong ang pananalig mo ay lumago at maging mas malaki sa paglipas ng mga araw, sa pag-alaala mo ng araw ng Sabbath – sa pagpapanatili nitong buo at banal.

Kabanata 6

Ang Ikalimang Utos

"Igalang Mo Ang Iyong Ama At Ang Iyong Ina"

Exodo 20:12

"Igalang mo ang iyong ama at ang iyong ina, upang ang iyong mga araw ay humaba sa lupaing ibinibigay sa iyo ng PANGINOON mong Diyos."

Isang taglamig, noong puno ng mga nagdurusang biktima ng digmaan ang mga kalye ng Korea, may isang babaing naghahanda para sa kanyang panganganak. Ilang milya pa ang kailangan niyang lakarin bago siya makarating sa pupuntahan, subalit sa dalas ng paghilab ng kanyang tiyan, maingat siyang pumunta sa ilalim ng abandonadong tulay. Habang nakahiga sa napakalamig na lupa, mag-isa siyang nagtiis sa hirap ng panganganak at nagsilang sa mundo ng isang munting sanggol. Binalot niya ang sanggol ng sariling damit na puno ng dugo at niyapos sa kanyang dibdib.

Pagkaraan ng ilang minuto, isang sundalong Amerikano na nagkataong dumadaan sa tulay ang nakarinig ng uha ng sanggol. Sinundan niya ang pinanggagalingan ng iyak, pumunta sa ilalim ng tulay at natagpuan ang isang patay, naninigas at hubad na babae na nakayapos sa isang sanggol na nababalutan ng damit. Tulad ng babae sa kwentong ito, mahal ng mga magulang ang kanilang mga anak, sa puntong madali at walang pagdadamot na ibibigay ang kanilang buhay. Kung gayon, sa palagay mo gaano kaya kalaki ang walang kondisyong pag-ibig ng Diyos sa atin?

"Igalang Mo Ang Iyong Ama At Ang Iyong Ina

Ang kahulugan ng "Igalang ang iyong ama at ang iyong ina" ay pagsunod sa kalooban ng mga magulang, at paglilingkod sa kanila na may kasamang tapat na paggalang at kortesiya.

Ipinanganak tayo ng mga magulang natin at itinaguyod tayo. Kung wala ang ating mga magulang, wala rin tayo. Kaya kahit na hindi ito isinali ng Diyos sa Sampung Utos, ang mga taong may mabuting puso ay igagalang pa rin ang kanilang mga magulang.

Ibinibigay ng Diyos sa atin ang utos na ito, "Igalang mo ang iyong ama at ang iyong ina," dahil katulad ng binanggit Niya sa Efeso 6:1, *"Mga anak, sundin ninyo ang inyong mga magulang sa Panginoon, sapagkat ito'y matuwid,"* nais Niyang igalang natin ang ating magulang ng ayon sa Kanyang salita. Kung sakaling hindi mo nasunod ang salita ng Diyos para kaluguran ka ng mga magulang mo, hindi ito totoong pagbibigay-galang sa mga magulang mo.

Halimbawa, kung papunta ka na sa simbahan isang araw ng Linggo at sasabihin sa iyo ng mga magulang mo, "Huwag kang pumunta sa simbahan ngayon. Magsama-sama tayo bilang pamilya," ano ngayon ang gagawin mo? Kung susunod ka sa mga magulang mo para matuwa sila sa iyo, hindi ito nagbibigay ng karangalan sa kanila. Ito'y paglabag sa araw ng Sabbath at patungo sa walang hanggang kadiliman kasama ng iyong mga magulang.

Kahit na sinusunod at pinaglilingkuran sila nang husto sa pisikal, dahil sa espirituwal na diwa ito ay daan patungo sa walang hanggang impiyerno, paano mo masasabing mahal mong totoo ang magulang mo? Una sa lahat, kumilos ka nang naaayon sa kalooban ng Diyos, at bagbagin ang puso ng iyong mga magulang upang kayong lahat ay magkakasamang makapunta sa langit. Ito ang tunay na pagpaparangal sa kanila.

Isinasaad sa 2 Mga Cronica 15:16, *"Maging si Maaca na kanyang ina ay inalis ni Haring Asa sa pagiging inang reyna, sapagkat siya'y gumawa ng kasuklam-suklam na larawan para sa sagradong poste. Pinutol ni Asa ang kanyang larawan, dinurog ito, at sinunog sa batis ng Cedron."*

Kung ang reyna ng isang bansa ay sumasamba sa mga diyos-diyosan, siya ay lumalaban sa Diyos at lumalakad patungong walang hanggang paghatol. Hindi lang iyan, inilalagay din niya sa panganib ang kanyang sinasakupan dahil pinipilit niya silang sumamba sa diyos-diyosan at mahulog sa walang hanggang paghatol kasama niya. Kaya nga, kahit ina niya si Maaca, hindi nagsikap si Asa na malugod ang ina, kundi pinababa niya sa posisyon ang inang reyna para makapagsisi sa kasalanan niya sa harapan ng Diyos, at magising ang mga tao at gawin din ang ginawa niya.

Subalit ang pagpapatalsik ni Haring Asa sa kanyang ina bilang inang reyna ay hindi nangangahulugang tumigil na siya sa pagganap ng kanyang tungkulin bilang anak. Bukod sa pagmamahal niya sa kaluluwa ng ina, nagpatuloy siyang igalang at parangalan ito.

Para masabi natin na "Tunay kong iginagalang ang aking mga

magulang," dapat nating tulungan ang mga magulang na hindi mananampalataya para tumanggap ng kaligtasan at pumunta sa langit. Kung ang ating mga magulang ay mananampalataya na, tulungan natin silang makapunta sa pinakamagandang tahanan sa langit. Maliban diyan, pagsikapan nating paglingkuran at malugod sila sa abot ng ating makakaya sa salita ng Diyos, habang nandito pa tayo sa lupa.

Ang Diyos Ay Ama Ng Ating Espiritu

Ang pinakakahulugan ng "Igalang mo ang iyong ama at ina" ay "Sundin ang mga utos ng Diyos at parangalan Siya." Kung ang isang tao ay totoong nagpaparangal sa Diyos sa kaibuturan ng kanyang puso, pararangalan din niya ang kanyang mga magulang. Ganoon din, kung ang isang tao ay taos-pusong naglilingkod sa kanyang mga magulang, taos-puso rin siyang maglilingkod sa Diyos. Pero ang katotohanan, pagdating sa prayoridad, ang Diyos ang dapat mauna.

Halimbawa, sa maraming kultura, kung sasabihin ng ama sa anak, "Pumunta ka sa silangan," susunod ang anak at pupunta sa silangan. At kung sa oras na iyon ay sasabihin ng lolo niya, "Huwag kang pumunta sa silangan. Sa kanluran ka pumunta." Mas tama na sabihin ng anak sa ama, "Sinabi ng lolo sa akin na pumunta ako sa kanluran," at pupunta siya sa kanluran.

Kung ang ama ay tunay na nagpaparangal sa sarili niyang

tatay, hindi siya magagalit dahil ang sinunod ng anak ay ang lolo niya sa halip na siya. Ang gawaing ito na pagsunod sa mga nakatatanda sang-ayon sa pagkakasundo-sunod ng henerasyon ay nakalapat din sa relasyon natin sa Diyos.

Ang Diyos ang lumikha at nagbigay ng buhay sa ating ama, lolo, at lahat ng ating mga ninuno. Ang tao ay nabubuo sa pag-iisa ng sperm at egg cell. Ngunit ang nagbibigay ng pinakabutil ng buhay ay ang Diyos.

Ang mga pisikal na katawan natin ay mga pansamantalang tolda lamang na ginagamit natin sa sandaling panahong nandito tayo sa mundo. Kasunod ng Diyos, ang totoong amo ng bawat isa sa atin ay ang espiritung nasa atin. Kahit gaano pa kagaling at katalino ang kahinatnan ng sangkatauhan, walang makakapag-clone o makakakopya ng espiritu ng tao. At kung makapag-clone man ang tao ng cell ng tao at makalikha ng anyo ng tao, hangga't hindi ito binibigyan ng Diyos ng espiritu, hindi natin matatawag na tao ang anyong ito.

Kaya Diyos ang tunay na Ama ng ating espiritu. Dahil alam natin ang katotohanang ito, gawin natin ang makakaya para maglingkod at igalang ang mga magulang sa laman. Pero dapat din nating higit na mahalin, paglingkuran at igalang ang Diyos, dahil Siya ang pinagmumulan at nagbibigay ng mismong buhay.

Kaya ang magulang na nakakaunawa nito ay hinding-hindi mag-iisip ng ganito, "Ipinanganak ko ang batang ito kaya pwede kong gawin ang kahit na ano sa kanya." Gaya ng nasusulat sa

Mga Awit 127:3, *"Narito, ang mga anak ay pamanang sa PANGINOON nagmula, ang bunga ng sinapupunan ay isang gantimpala,"* ituturing ng mga magulang na may pananalig na bigay ng Diyos ang kanilang anak. Ang anak ay walang kasinghalagang kaluluwa na dapat arugain ayon sa kalooban ng Diyos at hindi ng kanilang sarili.

Paano Igagalang Ang Diyos, Ang Ama Ng Ating Espiritu

At ano ang dapat nating gawin para igalang ang Diyos, ang Ama ng ating espiritu?

Kung tunay mong iginagalang ang iyong mga magulang, sumunod ka sa kanila at sikaping bigyan sila ng kagalakan nang maaliw ang kanilang mga puso. Sa ganoon ding paraan, kung nais mo talagang igalang ang Diyos, dapat mo Siyang mahalin at sundin ang Kanyang mga utos.

Gaya ng nasusulat sa 1 Juan 5:3, *"Sapagkat ito ang pag-ibig sa Diyos, na ating tuparin ang Kanyang mga utos at ang Kanyang mga utos ay hindi pabigat,"* kung mahal mo talaga ang Diyos, dapat mong ikasiya ang pagsunod sa Kanyang mga utos.

Ang mga utos ng Diyos ay nasa mga salitang nakatala sa animnapu't anim na libro ng Biblia. May mga salitang katulad ng "pag-ibig, pagpapatawad, kapayapaan, paglilingkod, pananalangin," at iba pa, na sinasabihan tayo ng Diyos na gawin. At may mga salitang katulad ng "huwag kang mapopoot, huwag kang hahatol, huwag kang magyabang," at iba pa, na sinasabihan tayong huwag gawin. May mga salita ring katulad ng "iwaksi kahit na ang simpleng uri ng kasalanan," at iba pa, na sinasabihan tayong itakuwil sa buhay natin. May mga salita katulad ng "Panatilihin ang araw ng Sabbath," at iba pa, na sinasabihan tayo ng Diyos na ipagpatuloy na gawin.

Kapag kumikilos tayong naaayon sa mga utos na nakasulat sa Biblia at nagiging mabangong samyo sa Diyos bilang Cristiano, doon lang natin masasabing tunay nating iginagalang ang Diyos Ama.

Madaling mapansin na ang mga nagmamahal at gumagalang sa Diyos ay nagmamahal at gumagalang din sa kanilang mga magulang. Dahil sa ang paggalang at pagmamahal sa mga magulang at mga kapatid ay nakapaloob na sa mga utos ng Diyos.

Kung sakali, ikaw ba'y nagmamahal sa Diyos at nagsisikap na paglingkuran Siya sa simbahan subalit nagpapabaya sa mga magulang mo sa tahanan sa anumang paraan? Mapagkumbaba at palakaibigan ka ba sa harapan ng mga kapatid sa iglesya subalit bastos at nang-iinsulto sa pamilya mo sa inyong tahanan? Pinagsasalitaan mo ba ang mga magulang mong matatanda at kumikilos ka ba na nagpapakita bigo ka, at sinasabihang walang saysay ang mga salita nila?

Siyempre naman may mga panahong nagsasalungat ang mga opinyon ninyo ng iyong mga magulang dahil sa pagkakaiba ng henerasyon, edukasyon at kultura. Gayon pa man, dapat nating palaging pagsikapang igalang at parangalan ang opinyon ng ating magulang. Maaaring tama tayo subalit hangga't hindi taliwas sa Biblia ang opinyon nila, dapat ay isuko natin ang sarili nating opinyon sa kanila.

Hindi natin dapat makalimutang igalang sila dahil nabuhay tayo at lumaki ng ganito dahil sa kanilang pagmamahal at sakripisyo para sa atin. May mga taong nagpapalagay na walang nagawa ang kanilang mga magulang para sa kanila at nahihirapang igalang ang mga ito. Kahit na may ibang magulang na hindi naging tapat sa kanilang responsibilidad bilang magulang, dapat nating isaisip na ang paggalang sa ating mga magulang na nagsilang sa atin ay mahalagang gawain bilang mga tao.

Kung Mahal Mo Ang Diyos, Igalang Mo Ang Mga Magulang Mo

Ang pagmamahal sa Diyos at paggalang sa mga magulang ay magkatambal. Isinasaad sa 1 Juan 4:20, *"Kung sinasabi ng sinuman, 'Iniibig ko ang Diyos,' at napopoot sa kanyang kapatid, siya ay sinungaling; sapagkat ang hindi umiibig sa kanyang kapatid na kanyang nakikita, ay hindi maaaring umibig sa Diyos na hindi niya nakikita."*

Kung ang isang tao ay nagsasabing mahal niya ang Diyos pero hindi niya mahal ang kanyang mga magulang at hindi kasundo ang kanyang mga kapatid, nagpapakitang-tao lang siya. Siya'y nagsisinungaling. Kaya makikita natin sa Mateo 15:4-9 na pinagagalitan ni Jesus ang mga Fariseo at mga eskriba. Sang-ayon sa tradisyon ng mga matatanda, hangga't naghahandog sila sa Diyos, hindi sila dapat mag-alala sa pagbibigay sa kanilang mga magulang.

Kung may nagsasabing hindi siya makapagbibigay ng kahit na ano sa kanyang mga magulang dahil kailangan niyang magbigay sa Diyos, hindi lang nito sinusuway ang utos ng Diyos tungkol sa paggalang sa magulang, ginagamit niya ang Diyos na palusot, malinaw na nanggagaling ito sa pusong masama. Kinukuha niya ang nararapat para sa kanyang mga magulang para masiyahan ang sarili. Ang sinumang nagmamahal at gumagalang sa Diyos sa kaibuturan ng kanyang puso ay magmamahal at gagalang din sa kanyang mga magulang.

Halimbawa, kung ang isang tao na may problema sa pagmamahal sa kanyang mga magulang noon ay mauunawaan ng mas higit pa ang pag-ibig ng Diyos, mas higit din niyang mauunawaan ang pagmamahal ng kanyang mga magulang. Habang papalapit ka sa katotohanan, nagwawaksi ng kasalanan, at namumuhay sang-ayon sa salita ng Diyos, mas higit na mapupuspos ng tunay na pag-ibig ang puso mo, at resulta nito, mas higit mong mapaglilingkuran at mamahalin ang mga magulang mo.

Ang Mga Pagpapalang Tatanggapin Mo Kapag Sinusunod Mo Ang Ikalimang Utos

May pangako ang Diyos sa mga nagmamahal sa Kanya at nagpaparangal sa mga magulang. Isinasaad sa Exodo 20:12, *"Igalang mo ang iyong ama at ang iyong ina, upang ang iyong mga araw ay humaba sa lupaing ibinibigay sa iyo ng PANGINOON mong Diyos."*

Hindi lang ang pagkakaroon ng mahabang buhay ang kahulugan ng talatang ito. Ibig sabihin nito, kung gaano mo iginagalang ang Diyos at ang iyong mga magulang ayon sa Kanyang katotohanan, pagpapalain ka ng kasaganahan at pag-iingat sa lahat ng bahagi ng buhay mo. Ang kahulugan ng "ang mga araw ay magiging mahaba" ay pagpapalain ka ng Diyos, pati ang pamilya mo, trabaho o negosyo mo laban sa mga trahedya, kaya ang buhay mo ay hahaba at lalago.

Si Ruth na isang babae mula sa Lumang Tipan, ay tumanggap ng ganitong uri ng pagpapala. Nagmula sa Moab, si Ruth ay isang Hentil. Kung titingan ang pisikal na kalagayan niya, masasabing mayroon siyang mahirap na buhay. Nagpakasal siya sa isang Judio na umalis sa Israel para maiwasan ang taggutom. Hindi pa nagtatagal ang kanilang pagsasama, namatay ang lalaki at naiwan siyang nag-iisa. Hindi sila nagkaroon ng anak.

Ang biyenan niyang lalaki ay namatay na rin, at walang lalaki sa tahanan para sumuporta sa pamilya. Ang mga taong naiwang kasama niya ay ang biyenang babae, si Naomi, at ang kanyang hipag, si Orpah. Nang magpasiya si Naomi na bumalik na lang sa Juda, nagpasiya si Ruth na sumunod sa kanya.

Hinimok ni Naomi ang batang manugang na umalis at subukang magsimulang muli ng bago at higit na masayang buhay ngunit hindi niya nahimok si Ruth. Nais ni Ruth na alagaan ang kanyang biyenan na balo hanggang sa wakas, kaya sa huli ay sumunod siya hanggang Juda, isang lugar na hindi niya kilala. Dahil mahal niya ang kanyang biyenan, nais niyang gampanan ang tungkulin bilang manugang. Nais niyang gawin ang kanyang makakaya sa pag-aaruga kay Naomi. Para magawa ito, handang-handa siyang isuko ang pagkakataong makahanap ng bago, higit na masayang buhay para sa sarili niya.

Nagkaroon na rin ng pananampalataya si Ruth sa Diyos ng Israel sa pamamagitan ng biyenan niya. Makikita natin ito sa makabagbag-damdaming pagpapahayag sa Ruth 1:16-17:

> *Huwag mo akong pakiusapan na kita'y iwan, o talikuran ko na ang pagsunod sa iyo! Kung saan ka pupunta ay doon ako pupunta; kung saan ka nakatira ay doon ako maninirahan; ang iyong bayan*

ay magiging aking bayan, at ang iyong Diyos ay aking Diyos. Kung saan ka mamatay ay doon ako mamamatay, at doon ako ililibing. Gayon nawa ang gawin ng PANGINOON sa akin at higit pa, kahit na ihiwalay ako ng kamatayan sa iyo.

Nang marinig ito ng Diyos, kahit na Hentil si Ruth, pinagpala Niya ito at pinasagana ang buhay. Sang-ayon sa kaugalian ng mga Judio, ang isang babae ay maaaring pakasal sa isa sa mga kamag-anak ng asawa niya. Nakapagsimula si Ruth ng bago at masayang buhay kasama ng mabuting asawa at namuhay siya kasama ng biyenan niya, na mahal na mahal niya.

Higit sa lahat, sa lahi niya nanggaling si Haring David, at naging pribilehiyo rin niya ang maging bahagi ng angkan ng Tagapagligtas na si Jesu-Cristo. Bilang ipinangako ng Diyos, dahil iginalang niya ang kanyang magulang sa ilalim ng pag-ibig ng Diyos, tumanggap siya ng masaganang pisikal at espirituwal na pagpapala.

Katulad ni Ruth, kailangan nating mahalin muna ang Diyos, at pagkatapos ay igalang ang ating mga magulang sa pag-ibig ng Diyos. Sa gayon ay tatanggap tayo ng lahat ng ipinangakong pagpapala na kasama sa salita ng Diyos, "upang ang iyong mga araw ay humaba sa lupain."

Kabanata 7

Ang Ikaanim na Utos

"Huwag Kang Papatay"

Exodo 20:13

"Huwag kang papatay."

Bilang pastor, nakakausap ko ang maraming miyembro ng iglesya. Maliban sa regular na gawaing pagsamba, nakikita ko sila kapag pumupunta sila para tumanggap ng panalangin, magbahagi ng kanilang patotoo, o nangangailangan ng pampalakas ng loob. Para matulungan ko silang lumakas ang kanilang pananalig, madalas na itanong ko sa kanila ito: "Minamahal mo ba ang Diyos?"

"Oo! Minamahal ko ang Diyos," may katiyakang sagot ng karamihan. Hindi kasi nila nauunawaan ang tunay na espirituwal na kahulugan ng pagmamahal sa Diyos. Kaya ibinabahagi ko sa kanila ang talatang ito, *"Sapagkat ito ang pag-ibig sa Diyos, na ating tuparin ang Kanyang mga utos at ang Kanyang mga utos ay hindi pabigat"* (1 Juan 5:3) at ipinapaliwanag ang espirituwal na kahulugan ng pagmamahal sa Diyos. At kung tatanungin ko ulit sila ng ganoon ding tanong, karamihan ay hindi na ganoon katiyak ang sagot sa pangalawang pagkakataon.

Napakahalagang maunawaan ang espirituwal na kahulugan ng salita ng Diyos. Ganoon din ang usapin pagdating sa Sampung Utos. Kaya anong espirituwal na kahulugan ang dala ng ikaanim na utos?

"Huwag Kang Papatay."

Kung titingnan natin ang Genesis 4, masasaksihan natin ang

unang ginawang pagpatay sa sangkatauhan. Nangyari ito noong patayin ng anak ni Adan na si Cain ang kanyang nakababatang kapatid na si Abel. Bakit nangyari ang bagay na ganito?

Naghandog si Abel ng sakripisyo na nakalugod sa Diyos. Naghandog si Cain ng sakripisyo sa Diyos sa paraang sa palagay niya ay tama, isang paraang pinakamadali para sa kanya. Nang hindi tinanggap ng Diyos ang sakripisyo ni Cain, sa halip na pag-isipan niya kung anong maling ginawa niya, nagselos siya sa kapatid, napuno ng poot at hinagpis.

Alam ng Diyos ang puso ni Cain, at sa maraming pagkakataon, nagbabala Siya kay Cain. Sinabi sa kanya ng Diyos, *"Ikaw ang nais nito [kasalanan], subalit kailangang madaig mo ito!"* (Genesis 4:7). Subalit nasusulat sa Genesis 4:8, *"At nangyari nang sila'y nasa parang, tumindig si Cain laban kay Abel na kanyang kapatid, at ito'y kanyang pinatay,"* hindi napigilan ni Cain ang poot sa kanyang puso at nagawa niya ang kasalanang hindi maaaring bawiin o pawalang-bisa.

Sa mga salitang "At nangyari nang sila'y nasa parang," maipagpapalagay nating naghihintay si Cain ng pagkakataong maging sila lang dalawa ng kapatid. Ibig sabihin na nakapagpasiya na siyang patayin ang kapatid, at naghahanap lang siya ng tamang pagkakataon. Ang ginawang pagpatay ni Cain ay hindi aksidente; resulta ito ng kanyang hindi kontroladong poot na sa isang saglit ay natuloy sa pagkilos. Ito ang nagpalala sa napakalaking kasalanan ni Cain.

Kasunod ng pagpatay ni Cain, napakarami pang pagpatay ang nangyari sa kasaysayan ng sangkatauhan. At sa ngayon, dahil punung-puno ng kasalanan ang mundo, di mabilang na pagpatay ang nangyayari sa araw-araw. Ang karaniwang gulang ng mga kriminal ay pabata nang pabata, at ang uri ng krimen ay palala nang palala. Ang masama pa dito, sa panahon ngayon ay hindi na nakakagulat ang balitang pinapatay ng mga magulang ang kanilang anak, at pinapatay ng mga anak ang kanilang mga magulang.

Pisikal Na Pagpatay: Pagkitil Ng Buhay Ng Kapwa

Ayon sa batas, may dalawang uri ng pagpatay: ang unang uri ng pagpatay, kung saan isang tao ay sadya ang pagpatay sa kapwa sa tukoy na dahilan; at ang ikalawang uri ng pagpatay, hindi sadya o intensiyon ang pagpatay sa isang tao. Ang pagpatay dahil sa malisya o masamang hangarin o pag-aasam ng materyal na bagay o ang aksidenteng pagpatay dahil sa walang ingat na pagmamaneho ay mga uri ng pagkitil ng buhay; ang bigat ng kasalanan para sa bawat pangyayari ay magkakaiba, depende sa sitwasyon. May mga pagpatay na hindi itinuturing na kasalanan, tulad ng pagdanak ng dugo sa digmaan o pagpatay dahil sa pagtatanggol sa sarili.

Sinasabi ng Biblia na kung ang isang tao ay pumatay ng

magnanakaw na pumasok sa kanyang bahay sa gabi, hindi ito ipinapalagay na pagpatay. Subalit kung ang isang tao ay pumatay ng magnanakaw na pumasok sa bahay niya sa araw, itinuturing itong labis na pagtatanggol sa sarili, at dapat siyang humarap sa parusa. Dahil ilang libong taon na ang nakakaraan, nang ibigay ng Diyos ang Kanyang mga batas, madali pang mahabol ng mga tao ang magnanakaw o mahuli ito sa tulong ng ibang tao.

Para sa Diyos, kasalanan ang pagdanak ng dugo dahil sa labis na pagtatanggol sa sarili. Ipinagbabawal ng Diyos ang pagbalewala sa karapatang pantao at pang-aabuso sa dignidad ng buhay. Ipinakikita dito ang katuwiran at mapagmahal na likas ng Diyos (Exodo 22:2-3).

Pagpapatiwakal At Pagpapalaglag O Pagkitil Ng Buhay Ng Sanggol Na Nasa Sinapupunan

Maliban sa mga nabanggit na uri ng pagpatay, nandiyan din ang 'pagpapatiwakal.' Ito ay maliwanag na 'pagpatay' sa harapan ng Diyos. May kapangyarihan ang Diyos sa lahat ng buhay ng lahat ng tao, at ang pagpapatiwakal ay pagtanggi sa Kanyang kapangyarihan. Kaya ito ay napakalaking kasalanan.

Ang mga taong ganito ay nagkakasala dahil hindi sila naniniwala sa buhay pagkatapos ng kamatayan, o kaya ay hindi sila naniniwala sa Diyos. Kaya bukod sa pagkakasala ng hindi paniniwala sa Diyos, nagkakasala sila ng pagpatay. Isipin mo na lang kung anong paghatol ang naghihintay sa kanila!

Sa panahon ngayon, sa pagdagsa ng mga gumagamit ng Internet, madalas mangyari ang panunukso ng mga Website sa mga tao para magpatiwakal. Sa Korea, ang pinakanangungunang dahilan ng kamatayan sa mga taong nasa gulang na apatnapu ay cancer, at ang pangalawa ay pagpapatiwakal. Ito ay nagiging seryosong problema ng lipunan. Dapat maunawaan ng mga tao ang katotohanang wala silang kapangyarihan para tapusin ang kanilang buhay. At dahil tinapos nila ang kanilang buhay dito sa mundo, hindi ibig sabihin na ang problema nilang iniwanan ay nalutas na.

Ano naman ang tungkol sa pagpapalaglag o aborsiyon? Ang katotohanan, Diyos ang may kapangyarihan sa buhay ng sanggol sa sinapupunan, kaya ang pagpapalaglag ay nasa kategorya din ng pagpatay.

Sa panahong ito na kasalanan ang namamayani sa buhay ng tao, inilalaglag ng magulang ang anak nang hindi iniisip na ito ay kasalanan. Ang pagpatay sa isang tao ay kakila-kilabot na kasalanan, pero kung mismong magulang ang kikitil sa buhay ng sariling anak, gaano pa kaya kalaki ang kasalanang ito?

Ang pagpatay ay maliwanag na kasalanan, kaya bawat bansa ay may mahigpit na batas laban dito. Malalang kasalanan ito sa harapan ng Diyos, kaya ang kaaway na demonyo ay magdadala ng lahat ng uri ng pagsubok at kapighatian sa mga kumikitil ng buhay. Hindi lang iyan, may matinding paghatol ang naghihintay sa kanila pagkatapos ng buhay dito sa mundo. Kaya walang sinumang may karapatang kumitil ng buhay.

Espirituwal Na Pagpatay Na Pumipinsala Sa Espiritu At Kaluluwa

Para sa Diyos ang pagpatay ay isang kakila-kilabot na kasalanan, subalit malala rin para sa Kanya ang espirituwal na pagpatay. Ano ba ang tunay na kahulugan ng espirituwal na pagpatay?

Una, ang espirituwal na pagpatay ay nangyayari kung ang isang tao ay may ginagawang labag sa katotohanan ng Diyos, maging ito ay sa salita o sa gawa. Dahil dito ay natitisod sa pananalig ang kapwa.

Kapag nakatisod ka ng isang mananampalataya, napipinsala ang kanyang espiritu at napapalayo siya sa katotohanan ng Diyos.

Halimbawang may isang kabataang mananampalataya na humingi ng payo sa isa sa mga lider ng simbahan at nagtanong, "Ayos lang ba kung lumiban ako sa pagsamba sa Linggo dahil sa isang mahalagang gawain?" At kung ang payo sa kanya ng lider ay ito: "Dahil mahalaga ang gagawin mo, ayos lang kung hindi ka muna dumalo sa pagsamba sa Linggo," natitisod ng lider ang kabataang ito.

Isa pang halimbawa, kung ang mayhawak ng pera ng simbahan ay nagtanong sa lider ng ganito, "Maaari ba akong manghiram ng pera sa iglesya para sa personal kong pangangailangan? Babayaran ko rin sa makalawa." At kung ang sagot ng lider ay ganito, "Basta bayaran mo, wala namang problema." Bale tinuturuan siya ng lider ng isang bagay na labag sa kalooban ng Diyos, at ito ay nakakasira sa espiritu ng kapwa mananampalataya.

O kaya naman, kung sasabihin ng lider ng cell group, "Napakaabala ng mundong ginagalawan natin sa panahon ngayon. Papaano pa tayo magpupulong ng madalas?" Tinuturuan niya ang kapwa niya mananampalataya na huwag seryosohin ang mga pagpupulong ng simbahan, at nagtuturo siya ng labag sa katotohanan ng Diyos, kaya natitisod niya ang mga ito (Hebreo 10:25). Nasusulat, *"Kung ang bulag ay umakay sa bulag, kapwa sila mahuhulog sa hukay"* (Mateo 15:14).

Kaya ang pagtuturo ng maling impormasyon sa ibang mananampalataya na nagiging sanhi ng pagkatisod nila ay isang uri ng espirituwal na pagpatay. Ang pagbibigay ng maling impormasyon ay magdadala sa kanila sa pagdadalamhati ng walang dahilan. Dapat na manalangin ng taimtim ang mga lider ng simbahan na nasa posisyon ng pagtuturo at paghahatid ng tamang kaalaman. O kaya ay magtanong sila sa ibang lider na malinaw na makapagbibigay ng tamang sagot mula sa Diyos at gagabay sa mga lumalagong mananampalataya sa tamang daan.

Maliban pa diyan, ang pagsasalita ng mga bagay na hindi dapat sinasabi, at pagsasalita ng masasamang salita ay nasa kategorya ng espirituwal na pagpatay. Ang pagsumpa at paghatol sa kapwa, pagtatayo ng sinagoga ni Satanas sa pagkakalat ng tsismis, o ang gawaing pinag-aaway ang mga tao ay mga halimbawa ng pag-uudyok sa kapwa na mapoot o gumawa ng kasamaan.

Isa pang higit na malala ay kapag ang mga tao ay nagkakalat ng maling balita tungkol sa lingkod ng Diyos tulad ng pastor, o tungkol sa iglesya. Ang mga maling balita na ito ay nagpapatisod sa mga tao, kaya ang mga nagkakalat ng tsismis ay tiyak na haharap sa paghatol ng Diyos.

May mga pagkakataong nakakakita tayo ng mga taong sinisira ang kanilang espiritu dahil sa kasamaan ng kanilang mga puso. Halimbawa ng mga taong ganito ay ang mga Judio na nagtangkang patayin si Jesus – kahit pa Siya kumikilos sa katotohanan – o si Judas Iscariote na nagtraydor kay Jesus, ibinenta Siya sa mga Judio sa halagang tatlumpung pirasong pilak.

Kung ang isang tao ay natisod dahil nakita niya ang kahinaan ng kapwa, dapat malaman ng taong ito na siya ay may kasamaan din sa puso niya. May mga panahong tumitingin ang tao sa isang bagong Cristiano na hindi pa gaanong naiwawaksi ang dating gawi, at magsasabi, "At sinasabi niyang Cristiano siya? Hindi ako magsisimba dahil sa kanya." Ito ang mga sitwasyong sila mismo ang tumitisod sa sarili nila. Walang may gawa nito sa kanila; sinisira nila ang kanilang mga sarili dahil sa masama at mapaghatol nilang puso.

May ilang sitwasyon na napapalayo ang mga tao sa Diyos pagkatapos nilang mabigo sa kapwa na pinaniniwalaan nilang matatag na Cristiano, dahil sinasabi nilang kumilos ito sa kasinungalingan. Kung sila lamang ay nagtuon sa Dios at sa Panginoong Jesu-Cristo, hindi sila matitisod, o iiwan ang daan ng kaligtasan.

May iba pang pangyayari, halimbawa, kapag ang tao ay naggagarantiya o nangangakong managot sa isang taong pinagtitiwalaan at nirerespeto niya. At sa isang kadahilanan hindi naging maganda ang kinalabasan at ang naggagarantiya ay naharap sa kahirapan. Dahil dito, marami ang nabibigo at naiinsulto. Kapag ganito ang nangyari, dapat nilang maunawaan na patunay lang ito na hindi totoo ang pananalig nila, at dapat silang magsisi sa kanilang pagsuway. Sila ang sumuway sa Diyos na tinukoy na huwag maggagarantiya sa mga pagkakautang (Kawikaan 22:26).

At kung tunay kang may mabuting puso at pananalig, kapag nakita mo ang kahinaan ng kapwa, dapat na idalangin mo siya ng may pagkaawa at maghintay kang siya ay magbago.

Dagdag pa rito, maaaring katitisuran din sa kanilang mga sarili pagkatapos na sumama ang loob habang nakikinig sa mensahe ng Diyos. Halimbawang ang pastor ay nagbibigay ng mensahe tungkol sa isang kasalanan, kahit na hindi man lang sumagi sa isip ng pastor ang tungkol sa kanila, ni binanggit ang pangalan nila. Iisipin nila, "Ikinukwento ako ng pastor! Paano niya magagawa iyon sa harapan ng lahat ng mga tao?" At iiwanan na nila ang iglesya.

Kapag sinasabi ng pastor na ang ikapu ay para sa Diyos at pinagpapala ng Diyos ang mga nag-iikapu, may mga taong nagrereklamo na ang iglesya ay labis na nagbibigay-diin sa pera. At kapag ang pastor ay nagpapatotoo tungkol sa kapangyarihan ng Diyos at sa Kanyang mga himala, may ilang taong magsasabi, "Wala namang saysay iyan," at nagrereklamo na ang mensahe ay hindi nakalapat sa kanilang kaalaman at edukasyon. Ito ang mga halimbawa ng mga taong sumasama ang loob dahil sa kanilang kagagawan at gumagawa ng sariling katitisuran sa kanilang mga puso.

Sinabi ni Jesus sa Mateo 11:6, *"Mapalad ang sinumang hindi natitisod sa akin,"* at sa Juan 11:10 sinabi Niya, *"Ngunit ang taong lumalakad samantalang gabi ay natitisod, sapagkat wala sa kanya ang ilaw."* Kung ang isang tao ay may mabuting puso at nagnanais na tumanggap ng katotohanan, hindi siya matitisod at mapapalayo sa Diyos, dahil ang Kanyang salita na siyang liwanag ay mapapasakanya. Kung may isang natitisod o sumasama ang loob, patunay lang ito na nasa kanya pa ang kadiliman.

Siyempre, kapag may madaling sumama ang loob, senyales ito na siya ay mahina sa kanyang pananalig o may kadiliman pa sa puso niya. Ngunit ang taong sanhi ng sama ng loob ng kapwa ay responsible din sa kanyang mga ginagawa. Sa isang taong naghahatid ng mensahe para sa kapwa, kahit na ang sinasabi niya ay pawang katotohanan lamang, dapat na sikapin niyang ihatid ito nang may karunungan, sa paraang nakalapat sa antas ng pananalig ng makakapakinig.

Kung pagsasabihan mo ang bagong Cristiano na kapapasok lang sa kanya ng Banal na Espiritu, "Kung gusto mong maligtas, tumigil ka sa pag-inom at paninigarilyo," o "Huwag na huwag kang magbubukas ng tindahan mo kung Linggo," o "Kung magkakasala ka sa paghinto sa pananalangin, magiging pader ito sa pagitan mo at ng Diyos, kaya tiyakin mong dumadalo ka sa simbahan at nananalangin araw-araw," katumbas ito ng pagpapakain ng karne sa isang sanggol na dapat na pinapasuso pa lang. Kahit na ang bagong Cristiano ay sumusunod dahil napupwersa siya, maaaring isipin niya ang ganito, "Naku, napakahirap maging Cristiano," at pakiramdam nila ay may napakabigat silang dala-dala, at hindi magtatagal ay susuko na sa kanilang pananalig.

Isinasaad sa Mateo 18:7, *"Kahabag-habag ang sanlibutan dahil sa mga batong katitisuran! Ang mga pangyayaring magbubunga ng pagkatisod ay tiyak na darating. Ngunit kahabag-habag ang taong pagmumulan ng batong katitisuran!"* Kahit na may sinasabi ka para sa kabutihan ng kapwa, kung ang sinasabi mo ay nakakasama ng loob sa kanya o napapalayo siya sa Diyos, itinuturing na espirituwal na pagpatay ito, at tiyak na mahaharap ka sa ilang pagsubok para pagbayaran ang kasalanang ito.

Kaya kung mahal mo ang Diyos at mahal mo ang kapwa, isabuhay mo ang pagpipigil sa sarili sa bawat salita na manggagaling sa bibig mo upang ang mga sinasabi mo ay magdala ng biyaya at pagpapala sa lahat ng makakarinig. Kahit na nagtuturo ka ng katotohanan, sikapin mong maging sensitibo at tingnan kung ang sinasabi mo ay hindi nagpaparamdam na inaakusahan mo siya at nagpapabigat ng kanyang puso, o nagbibigay sa kanya ng pag-asa at kalakasan na isabuhay ang turong ito. Gawin ito para lahat ng taong tinutulungan mo ay tahakin ang maluwalhating daan ng buhay kay Cristo Jesus.

Espirituwal Na Pagpatay ang Pagkapoot Sa Kapatid

Ang ikalawang uri ng espirituwal na pagpatay ay ang pagkapoot sa kapatid kay Cristo, lalaki man o babae.

Nasusulat sa 1 Juan 3:15, *"Ang sinumang napopoot sa kanyang kapatid ay isang mamamatay-tao, at nalalaman ninyong ang buhay na walang hanggan ay hindi nananatili sa sinumang mamamatay-tao."*
Ang pinakaugat ng pagpatay ay nagsisimula sa pagkapoot. Sa simula, maaaring mapoot ang isang tao sa kapwa niya. Pero kapag ang pagkapoot ay lumala, maaaring mag-udyok ito sa kanyang gumawa ng masama laban sa kapwa, sa bandang huli, ang pagkapoot ay matutuloy sa pagpatay. Sa nangyari kay Cain,

nagsimula ang lahat nang mapoot siya sa kapatid na si Abel.

Kaya isinasaad sa Mateo 5:21-22, *"Naririnig ninyo na sinabi sa mga tao noong unang panahon, 'Huwag kang papatay; at ang sinumang pumatay ay mananagot sa hukuman.' Ngunit sinasabi Ko sa inyo, na ang bawat napopoot sa kanyang kapatid ay mananagot sa hukuman at ang sinumang magsabi sa kanyang kapatid, 'Raca,' ay mananagot sa Sanhedrin; at ang sinumang magsabi, 'Ulol ka,' ay magdurusa sa nag-aapoy na impiyerno."*

Kapag ang isang tao ay napopoot nang labis sa kapwa, ang poot na ito ay mag-uudyok sa kanyang awayin sila. At kapag may magandang nangyari sa taong kinapopootan niya, maaari siyang mainggit at manghusga, hahatulan at magkakalat ng mga bagay tungkol sa kahinaan ng kapwa. Lolokohin niya ito at gagawan ng nakakasira, o aawayin ito. Ang pagkapoot sa kapwa at masamang pakikitungo dito ay mga halimbawa ng espirituwal na pagpatay.

Sa panahon ng Lumang Tipan, dahil hindi pa naipapadala ang Banal na Espiritu, hindi madali para sa mga tao ang paglilinis ng puso at pagiging banal. Ngunit ngayon na panahon ng Bagong Tipan, dahil maaari na nating tanggapin ang Banal na Espiritu sa puso natin, ang Banal na Espiritu ang nagbibigay sa atin ng kapangyarihan para maiwaksi ang pinakamalalim na likas ng kasalanan.

Bilang isa sa Tatlong Persona, ang Banal na Espiritu ay katulad ng madetalyadong ina na nagtuturo sa atin ng tungkol sa puso ng Diyos Ama. Tinuturuan tayo ng Banal na Espiritu ng tungkol sa kasalanan, katuwiran, at paghatol, sa gayon ay tinutulungan tayong mamuhay sa katotohanan. Kaya maaari na nating itakwil ang kahit na anong bahid ng anino ng kasalanan.

Kaya hindi lang sinasabihan ng Diyos ang Kanyang mga anak na huwag na huwag gagawa ng pisikal na pagpatay, sinasabihan Niya tayong itakwil kahit na ang ugat ng pagkapoot sa puso natin. Kapag naitakwil na ang lahat ng kasamaan sa ating puso at pupunuin ito ng pagmamahal, doon lang tayo tunay na mananahanan sa pag-ibig ng Diyos at magtatamasa ng patunay ng Kanyang pag-ibig (1 Juan 4:11-12).

Kapag nagmamahal tayo sa isang tao, hindi natin nakikita ang kanyang kapintasan. At kung may kahinaan siya, makikisimpatiya tayo sa kanya, at sa pusong puno ng pag-asa, palalakasin ang loob niya at bibigyan siya ng lakas para magbago. Noong tayo ay makasalanan pa, ibinigay ng Diyos sa atin ang ganitong uri ng pag-ibig upang tayo ay tumanggap ng kaligtasan at mapunta sa langit.

Kaya hindi lang tayo dapat sumunod sa Kanyang utos na "Huwag kang papatay," dapat din tayong magmahal sa lahat ng tao – kahit na sa ating mga kaaway – sa pag-ibig ni Cristo para tumanggap ng pagpapala ng Diyos sa lahat ng panahon. At sa wakas, papasok tayo sa pinakamagandang lugar sa langit at mananahanan sa pag-ibig ng Diyos sa walang hanggan.

Kabanata 8

Ang Ikapitong Utos

"Huwag Kang Mangangalunya"

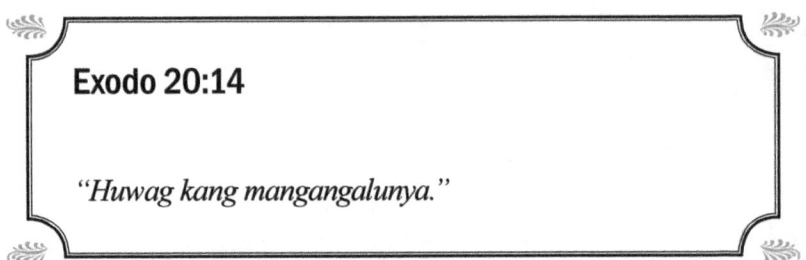

Exodo 20:14

"Huwag kang mangangalunya."

Ang Bundok ng Vesuvius na matatagpuan sa katimugan ng Italy ay aktibong bulkan na paminsan-minsan lang nagbubuga ng usok. Akala ng mga tao ay isa lang itong magandang tanawin sa Pompeii.

Bandang tanghali noong Agosto 24, 79AD, habang papalakas na ang pagyanig ng lupa, isang hugis kabuteng ulap ang sumabog mula sa Bundok ng Vesuvius at nagdilim ang langit sa Pompeii. Dahil sa malakas na pagputok, ang tuktok ng bundok ay bumuka at mga nagbabagang bato at abo ang nagsimulang bumagsak sa lupa.

Sa loob ng ilang minuto lang, di mabilang na mga tao ang namatay habang ang mga nakaligtas ay nagtakbuhan sa dagat para isalba ang kanilang buhay. Ngunit naganap ang pinakamalalang pangyayari. Bigla na lang humihip ang hangin papunta sa dagat.

At minsan pa, ang init at nakalalasong usok ay bumalot sa mga mamamayan ng Pompeii na nakaligtas sa pagsabog kaya silang lahat ay hindi na nakahinga.

Ang Pompeii ay lunsod na mahilig sa kasayahan, punung-puno ng makalamang pagnanasa at diyos-diyosan. Ang mga huling araw nito ay nagpapaalala sa atin sa Sodoma at Gomorra ng Biblia na karanas ng paghatol ng Diyos sa pamamagitan ng apoy. Ang kinahantungan ng mga lunsod na ito ay malinaw na paalala sa atin kung gaano namumuhi ang Diyos sa makalamang puso at pagsamba sa mga diyos-diyosan. Ito ay malinaw na nakasaad sa Sampung Utos.

"Huwag Kang Mangangalunya"

Ang pangangalunya o pakikiapid ay ang pagtatalik ng lalaki at babaing hindi kasal sa isa't isa. Noong matagal nang panahon, ang pakikiapid ay itinuturing na napakahalay na gawain. Pero sa panahon kaya ngayon? Dahil sa pagdebelop ng mga computer at Internet, madaling mapanood ng mga matatanda maging mga bata ang mga malalaswang materyal na ito.

Ang tuntunin sa moralidad sa lipunan ngayon ay labis nang nasira, mapapanood na sa telebisyon, sinehan at pati sa cartoons o palabas na pambata ang mga malalaswang panoorin. Ang pagpapakita ng hubad na katawan ay mabilis nang nagiging uso sa larangan ng pananamit. Bilang bunga nito, ang maling pag-unawa tungkol sa "sex" ay mabilis na kumakalat.

Para maliwanagan tayo sa bagay na ito, pag-aralan natin ang kahulugan ng ikapitong utos, "Huwag Kang Mangangalunya," sa tatlong bahagi.

Pakikipagkalunya sa Gawa

Ang pagpapahalaga ng mga tao sa mga bagay na may kinalaman sa moralidad ay labis nang lumalala sa ngayon. Kaya sa mga drama sa sine at telebisyon, ang pakikiapid ay madalas na ipalabas na napakagandang uri ng pag-ibig. At sa panahon ngayon, ang mga walang asawang lalaki at babae ay madaling ibinibigay ang sarili sa isa't isa at nagkakaroon pa ng pagtatalik bago ikasal dahil iniisip nila, "Ayos lang ito dahil magpapakasal naman kami sa hinaharap." Kahit na ang mga may-asawa ay hayagang nagsasabi na may relasyon sila sa ibang tao na hindi nila asawa. At ang masama pa rito, pabata nang pabata ang mga taong nakakaranas ng relasyong sekswal.

Kung titingnan mo ang mga batas na umiiral noong ang Sampung Utos ay ibinigay kay Moises, ang mga taong nakikiapid ay pinarurusahan ng labis. Kahit na ang Diyos ay pag-ibig, ang pakikiapid ay isang kasalanang hindi kayang tanggapin, kaya maliwanag na ipinagbabawal Niya ito.

Isinasaad sa Levitico 20:10, *"Kapag ang isang lalaki ay mangalunya sa asawa ng kanyang kapwa, ang lalaking nangalunya at ang babaing nangalunya ay parehong papatayin."* At sa panahon ng Bagong Tipan, ang pakikiapid ay ipinapalagay na kasalanan na sumisira sa katawan at kaluluwa, at tinatanggihan ng kaligtasan ang nakikiapid.

> *"Hindi ba ninyo nalalaman na ang mga masasamang tao ay hindi magmamana ng kaharian ng Diyos? Huwag kayong padaya! Ang mga mapakiapid, mga sumasamba sa diyos-diyosan, mga mangangalunya, mga binabae, mga nakikiapid*

sa kapwa lalaki, mga magnanakaw, masasakim, mga maglalasing, mga mapagmura, o ang mga manggagantso ay hindi magmamana ng kaharian ng Diyos" (1 Taga-Corinto 6:9-10).

Kung ang bagong mananampalataya ay nagkakasala ng ganito dahil sa kamangmangan sa katotohanan, maaari siyang tumanggap ng biyaya ng Diyos at magkaroon ng pagkakataong magsisi sa kanyang kasalanan. Ngunit kung ang isang itinuturing na matatag nang mananampalataya na nakakaalam ng katotohanan ay patuloy na gumagawa ng ganitong kasalanan, mahihirapan na siyang tumanggap ng espiritu ng pagsisisi.

Ang Levitico 20:13-16 ay tumatalakay sa kasalanan ng pagkakaroon ng pagtatalik sa isang hayop at ang pagkakaroon ng relasyong seksuwal sa pareho ng kasarian (homosexual). Sa panahon ngayon, may mga bansang tinatanggap na legal ang relasyon ng mga kapwa bakla o homosexual; subalit ito ay kasuklam-suklam sa Diyos. Ilang tao ang magsasabing "Iba na ang panahon ngayon," pero kahit na gaano pa magbago ang panahon, at kahit na gaano pa magbago ang mundo, ang salita ng Diyos, na katotohanan, ay hindi nagbabago. Kaya kung ang sinuman ay anak ng Diyos, hindi niya dapat dumihan ang sarili niya sa pagsunod sa takbo ng mundo.

Pangangalunya sa Isip

Kapag tinutukoy ng Diyos ang pangangalunya o pakikiapid, hindi lang ito tungkol sa ginagawang pangangalunya. Maliwanag ang hayagang pakikiapid, ngunit ang pagkakaroon ng kasiyahan sa imahinasyon o sa panonood ng mga malalaswang palabas ay sakop din sa kategoryang ito.

Ang mahalay na pag-iisip ay nagiging daan para magkaroon ng mahalay na puso, at ang tawag dito ay pangangalunya sa puso. Kahit na walang aksyon o walang ikinikilos ang isang tao, halimbawang nangalunya lang sa puso niya ang isang lalaki nang makita niya ang isang babae, para sa Diyos na nakikita ang kaibuturan ng puso ng tao, pangangalunya pa rin iyon.

Isinasaad sa Mateo 5:27-28, *"Narinig ninyo na sinabi, 'Huwag kang mangangalunya.' Ngunit sinasabi Ko sa inyo, na ang bawat tumitingin sa isang babae na may pagnanasa ay nagkasala na sa kanya ng pangangalunya sa kanyang puso."* Pagkapasok ng simpleng pag-iisip sa utak ng tao, pumupunta ito sa kanyang puso at lumalabas sa kanyang kilos. Pagpumasok ang poot sa puso ng tao, doon lang siya gumagawa ng bagay na makakasira sa kapwa. At pag naipon na ang galit sa puso niya, doon lang siya namumuhi at nagmumura.

Gayon din ang nangyayari kapag ang isang tao ay may pagnanasa sa puso niya, maaari itong mauwi sa pisikal na pangangalunya. Kahit na hindi ganoon kalinaw, kapag ang isang tao ay nangalunya sa kanyang puso, nagkasala na siya ng pangangalunya dahil ang ugat ng kasalanan ay pareho.

Noong unang taon ko sa seminaryo, nabigla ako sa narinig kong pag-uusap ng isang grupo ng mga pastor. Hanggang sa sandaling iyon, minamahal at nirerespeto ko ang mga pastor, at ang pagtingin ko sa kanila ay tulad sa Panginoon. Sa pagtatapos ng kanilang mainit na pagtatalo, napagpasiyahan nila ito: "hanggang hindi ito sinadya, ang pakikiapid o pangangalunya sa puso ay hindi kasalanan."

Nang ibigay ng Diyos ang utos, "Huwag kang mangangalunya," hindi ba ibinigay Niya ito dahil alam Niyang susundin natin ito? Dahil sinabi ni Jesus, *"na ang bawat tumitingin sa isang babae na may pagnanasa ay nagkasala na sa kanya ng pangangalunya sa kanyang puso,"* iwaksi na natin ang malalaswang pagnanasa. Wala nang dapat pang pag-usapan. Oo, maaaring mahirap gawin ito sa sarili nating lakas, pero sa panalangin at pag-aayuno, makakatanggap tayo ng lakas galing sa Diyos para madali nating maiwaksi ang kahalayan sa ating mga puso.

Isinuot ni Jesus ang koronang tinik at ibinuhos Niya ang dugo para malinis ang ating mga kasalanan sa isip at diwa natin. Ipinadala Niya sa atin ang Banal na Espiritu para maiwaksi natin ang makasalanang likas ng ating puso. Ano ngayon ang tiyak na magagawa natin para itakwil ang kahalayan sa ating mga puso?

Ang Proseso Ng Pagwawaksi Ng Kahalayan Sa Ating Mga Puso

Halimbawang may magandang babae o gwapong lalaki ang dumaan, at maiisip mo, "Wow, ang ganda niya," o "Ang gwapo niya," "Gusto kong lumabas na kasama siya." Kakaunti lang ang magsasabing ang mga naisip na ito ay mahalay o mapangalunya. Subalit kung may nagsabi ng ganito at totoong nagnanasa siyang mangyari ito, ito ay tanda ng kahalayan. Para maiwaksi kahit na bahid lang ng kahalayan, kailangan tayong dumaan sa proseso ng masikap na paglaban sa kasalanang ito.

Karaniwang sa kagustuhan nating huwag mag-isip ng isang bagay, mas lalo pa itong pumapasok sa isip natin. Pagkapanood natin ng palabas na may isang lalaki at isang babae na nagtatalik, hindi agad ito naaalis sa isipan natin. Sa halip, paulit-ulit natin itong naiisip. Kung gaano ito tumimo sa isip mo, ganoon katagal itong mananatili sa isipan mo.

Ano ngayon ang maaari nating gawin para maiwaksi ang mahahalay na naiisip sa ating utak? Una sa lahat, magpursige tayong iwasan ang mga laro, magasin o mga babasahing may mga litrato na tumutukso sa ating magkaroon ng mahalay na iniisip. Kapag may mahalay na isip ang pumasok sa utak natin, kailangang ibahin natin ang direksiyon ng ating iniisip. Halimbawang may naisip tayong mahalay na bagay, sa halip na ituloy natin ang naiisip, sikapin nating pigilan kaagad ang iniisip na ito.

At habang iniiba mo ang mga iniisip mo sa mga bagay na mabuti, totoo, at nakalulugod sa Diyos, at patuloy kang nananalangin, at humihingi ng Kanyang tulong, tiyak na bibigyan ka ng lakas para mapaglabanan ang ganitong mga tukso. Hangga't ninanais mo at nananalangin ka ng taimtim, ang biyaya at kapangyarihan ng Diyos ay mapapasaiyo. At sa tulong ng Banal na Espiritu, maiwawaksi mo ang makasalanang isip na ito.

Ang mahalagang bagay na dapat tandaan dito ay huwag kang titigil pagkatapos mong sumubok ng isa o dalawang beses. Dapat kang magpatuloy ng pananalangin na may pananalig hanggang sa wakas. Maaaring tumagal ito ng isang buwan, o isang taon, o malamang na dalawa o tatlong taon. Subalit kahit gaano pa katagal ito, dapat na palaging manalig sa Diyos at manalangin ng walang humpay. At darating ang araw na bibigyan ka ng Diyos ng lakas na talunin ito at maiwaksi ang kahalayan sa puso mo.

Pagkatapos mong malampasan ang bahaging "Pigilan ang Maling Iniisip," dadaan ka sa bahaging "Pigilan ang Puso." Sa bahaging ito, kahit na makakita ka ng mahalay na bagay kapag nagpasiya ka sa puso mong, "Hindi ko dapat isipin ito," hindi na ito muling papasok sa isipan mo. Ang pangangalunya at pakikiapid sa puso ay dumarating sa pamamagitan ng kumbinasyon ng isipan at damdamin, at kung kaya mong pigilin ang isipan mo, ang mga kasalanang nanggagaling dito ay walang pagkakataong pumasok sa puso mo.

Ang susunod na bahagi ay "Mga Maling Iniisip ay Hindi na Nangyayari." Kahit na makakita ka pa ng mahalay na bagay, hindi na nito maiimpluwensiyahan ang isip mo, kaya hindi na makakapasok sa puso mo ang kahalayan. Ang susunod ay ang bahaging "Hindi Mo na Sasadyaing Mag-isip Pa ng Hindi Tama."

Sa sandaling makarating ka na sa bahaging ito, kahit na subukin mo pang mag-isip ng kahalayan, hindi na ito mangyayari. Dahil nabunot mo na sa pinakaugat ang kasalanang ito, kahit na makakita ka pa ng mahahalay na bagay, wala ka nang maiisip o mararamdaman tungkol dito. Ibig sabihin na ang kasinungalingan – o hindi maka-Diyos – na mga bagay ay hindi na papasok sa isipan mo.

Siyempre habang dumadaan ka sa proseso ng pagwawaksi ng kasalanang ito, maaaring may mga panahong akala mo ay naiwaksi mo na lahat ngunit ang kasalanan ay unti-unting gumagapang na pabalik sa iyo.

Ngunit kung naniniwala ka sa salita ng Diyos, at may pagnanais kang sumunod sa mga utos Niya at iwaksi ang mga kasalanan mo, hindi ka titigil sa iyong paglakad ng may pananalig. Tulad ito ng pagbabalat ng sibuyas. Kapag nagbabalat ka ng isa o dalawang patong, parang wala nang katapusan ang balat nito. Pero pagkatapos ng ilan pang patong ng balat, matatanto mong nabalatan mo na pala lahat.

Ang mga mananampalatayang tumitingin sa kanilang sarili ng may pananalig ay hindi nabibigo, at nagsasabi ng "Ginawa ko na ang lahat pero hindi ko pa rin naiwaksi ang aking makasalanang likas." Sa kabaliktaran, dapat may pananalig sila na magbabago sila sa abot ng kanilang makakayang iwaksi ang mga kasalanan. At sa diwang iyan, dapat mas lalo pa silang magsikap. Kung matanto mong nasa iyo pa rin ang makasalanang likas, maging mapagpasalamat ka na mayroon kang pagkakataon na maiwaksi ito.

Sa pagdaan mo sa proseso ng pagwawaksi ng kahalayan sa buhay mo at may malaswang isip na pumasok sa diwa mo ng isang saglit, huwag kang mag-alaala. Hindi iyon itinuturing ng Diyos na pakikiapid. Pero kung matagal mong pag-iisipan ito, magiging malaking kasalanan ito. Kung pagsisisihan mo ito kaagad, at ipagpapatuloy ang pagpupursige na mapabanal, pagpapalain ka ng Diyos at bibigyan ka ng kapangyarihang mapagtagumpayan ang kasalanang iyon.

Paggawa Ng espirituwal Na Pangangalunya

Ang pakikiapid gamit ang katawan ay itinuturing na pangangalunya o pakikiapid sa laman, pero may isang mas malala pa sa pakikiapid na pisikal, ang espirituwal na pakikiapid. Ang "espirituwal na pangangalunya" ay nagaganap kung inaangkin ng isang tao na siya'y mananampalataya pero mas mahal niya ang mundo kaysa sa Diyos. Kung pag-iisipan mo lang ito, ang pinakadahilan kung bakit nakikiapid ang isang tao ay dahil mas higit ang pagmamahal niya sa ikasisiya ng laman kaysa sa pagmamahal niya sa Diyos.

Mababasa sa Colosas 3:5-6, *"Patayin ninyo ang anumang makalupa na nasa inyo: pakikiapid, karumihan, masamang pita, masasamang pagnanasa, at kasakiman na ito'y pagsamba sa mga diyos-diyosan. Dahil sa mga bagay na ito ay dumarating ang poot ng Diyos sa mga anak ng pagsuway."* Ang kahulugan nito ay kahit na tinanggap na natin ang Banal na Espiritu, nakaranas ng himala ng Diyos at may pananalig na, kung hindi natin iwinawaksi ang kasakiman at mga labis na pagnanasa sa puso natin, mas malamang na magmahal tayo ng mga bagay sa mundo nang higit sa Diyos.

Natutunan natin sa ikalawang utos na ang espirituwal na interpretasyon ng pagsamba sa diyos-diyosan ay pagmamahal ng isang bagay nang mas higit sa Diyos. Ano naman ang pagkakaiba ng "espritwal na pagsamba sa diyos-diyosan" at "espirituwal na pangangalunya"?

Ang pagsamba sa diyos-diyosan o idolo ay kapag ang taong hindi nakakakilala sa Diyos ay gumagawa ng isang larawan at sinasamba ito. Ang espirituwal na interpretasyon ng "pagsamba sa diyos-diyosan" ay kung ang mga mananampalatayang may mahinang pananalig ay nagmamahal sa mga bagay ng mundo nang higit sa Diyos.

Sa mga bagong mananampalataya na may mahina pang pananalig, posibleng mas mahalin nila ang mundo kaysa sa Diyos. Maaari silang may mga tanong tulad ng "Totoo bang may Diyos?" o "Totoo bang may langit at lupa?" Dahil may mga pagdududa pa sila, mahirap pa para sa kanilang isabuhay ang salita. Maaaring mahal pa nila ang pera, kasikatan, o ang pamilya nang higit sa Diyos, kaya nagagawa pa nilang espirituwal na sumamba sa diyos-diyosan.

Subalit sa dalas ng pakikinig nila ng salita, at habang nananalangin at nararanasan nila ang pagtugon ng Diyos sa kanilang panalangin, mapagtatanto nila na totoo ang Biblia. At maniniwala silang may langit at impiyerno. Kasunod nito, matatanto rin nila ang dahilan kung bakit dapat nilang mahalin ang Diyos una sa lahat. Kung ang pananalig nila ay lumalago ng ganito, at patuloy silang nagmamahal at humahabol sa mga bagay ng mundo, sila ay gumagawa ng "espirituwal na pangangalunya o pakikiapid."

Halimbawang may isang lalaking may naisip, "Magandang mapangasawa ko ang babaing iyan," at ang babaing iyon ay nagpakasal sa ibang lalaki. Sa sitwasyong ito hindi natin masasabing nakikiapid ang babae. Dahil ang lalaki ay humanga lang o nagka-crush lang, at wala silang relasyon sa isa't isa. Sa madaling salita, ang babae ay isang idolo lang sa puso ng lalaki.

Sa kabilang banda, kung ang lalaki at babae ay lumalabas, inamin nilang mahal nila ang isa't isa, nagpakasal sila at ang babae ay nagkaroon ng imoral na relasyon sa ibang lalaki, ito ay masasabi nating pangangalunya. Kaya makikita natin na ang espirituwal na pagsamba sa diyos-diyosan at ang espirituwal na pangangalunya ay parang magkapareho, ngunit magkaibang-magkaiba ang dalawang ito.

Ang Relasyon Sa Pagitan Ng Mga Israelita At Ng Diyos

Inihahambing ng Biblia ang relasyon ng mga Israelita at ng Diyos sa relasyon sa pagitan ng isang ama at ng kanyang mga anak. Ang relasyong ito ay ikinukumpara rin sa relasyon ng mag-asawa. Dahil ito ay katulad ng relasyon ng magnobyong nagkaroon ng kasunduan ng pag-iibigan. Subalit kung titingnan mo ang kasaysayan ng Israel, maraming beses na ang mga Israelita ay nakalimot sa kanilang kasunduan at sumamba sa mga dayuhang diyos-diyosan.

Sumamba sa diyos-diyosan ang mga Hentil dahil hindi kilala ang Diyos, ngunit ang mga Israelita, sa kabila ng katotohanang kilalang-kilala nila ang Diyos sa simula pa lang, sumamba pa rin sila sa dayuhang diyos-diyosan dahil sa kanilang makasariling pagnanasa.

Kaya sa 1 Mga Cronica 5:25 isinasaad ang ganito, *"Ngunit sila'y sumuway sa Diyos ng kanilang mga ninuno, at bumaling sa mga diyos ng mga bayan ng lupain na nilipol ng Diyos sa harap nila."* Ang ibig sabihin nito, sa totoo lang, na ang pagsamba sa diyos-diyosan ng mga Israelita ay espirituwal na pakikiapid.

Mababasa sa Jeremias 3:8, *"Nakita niya na dahil sa lahat ng pangangalunya ng taksil na Israel, pinalayas ko siya na may kasulatan ng paghihiwalay. Gayunma'y hindi natakot ang taksil niyang kapatid na Juda; sa halip siya man ay humayo at naging paupahang babae."* Bilang resulta ng kasalanan ni Solomon, nahati sa dalawa ang Israel sa panahon ng paghahari ng kanyang anak na si Rehoboam, Hilagang Israel at Timog Juda. Pagkatapos na pagkatapos ng paghahating ito, nagkasala ng espirituwal na pangangalunya ang Hilagang Israel sa pagsamba sa diyos-diyosan, at bilang bunga nito, itinakwil sila at winasak ng poot ng Diyos. Pagkatapos, sa halip na magsisi ang Timog Juda, sila rin ay nagpatuloy ng pagsamba sa mga diyos-diyosan.

Lahat ng anak ng Diyos na nabubuhay ngayon sa panahon ng Bagong Tipan ay katipan o babaing ikakasal kay Jesu-Cristo. Kaya nagpatotoo si apostol Pablo na sa pakikipagtagpo sa Panginoon, nagpapakahirap siya para maihanda ang mga mananampalataya para maging malinis na birhen na ikakasal kay Cristo, na magiging asawa nila (2 Mga Taga-Corinto 11:2).

Kung ang mananampalataya ay tumatawag sa Panginoon na

"Lalaking Mapapangasawa," pero siya ay patuloy na nagmamahal sa mundo at namumuhay nang malayo sa katotohanan, siya ay nagkakasala ng espirituwal na pangangalunya (Santiago 4:4). Kung ang asawa ay magtaksil at pisikal na makiapid, nakakakilabot ang kasalanang ito at mahirap na mapatawad. Kung ang isang tao ay magtaksil sa Panginoong Diyos at makagawa ng espirituwal na pangangalunya, may mas kikilabot pa ba sa kasalanang ito?

Sa Jeremias 11, makikita natin ang Diyos na nagsasabi kay Jeremias na huwag idalangin ang Israel dahil ang mga Israelita ay tumangging itigil ang espirituwal na pakikiapid. Sinabi pa Niya na kahit maghumiyaw ang Israel sa Kanya, hindi Niya sila pakikinggan.

Kaya kung ang kalubhaan ng espirituwal na pakikiapid ay umabot na sa sukdulan, hindi na maririnig ng taong gumagawa nito ang tinig ng Banal na Espiritu at kahit gaano pa siya manalangin, ang panalangin niya ay hindi na diringgin. Habang ang isang tao ay napapalayo sa Diyos, higit siyang nagiging makamundo, at nauuwi sa paggawa ng mga malalang kasalanan na magdadala sa kamatayan – kasalanang katulad ng pisikal na pangangalunya. Katulad ng nakatala sa Hebreo 6 o 10, ito ay kapareho ng pagpapako kay Jesu-Cristo ng paulit-ulit, kaya ito ay paglakad sa daan ng kamatayan.

Kaya nga iwaksi natin ang kasalanang pangangalunya sa espiritu, isipan, at katawan. At sa banal na pagkilos, matugunan natin ang katangian para maging babaing papakasalan ng Panginoon – walang bahid at walang depekto – namumuhay ng pinagpalang buhay na naghahatid ng galak sa puso ng Ama.

Kabanata 9
Ang Ikawalong Utos

"Huwag Kang Magnanakaw"

Exodo 20:15

"Huwag kang magnanakaw."

Ang pagsunod sa Sampung Utos ay may epekto sa ating kaligtasan at ang ating kakayahang mapagtagumpayan, malupig, at mamuno sa kapangyarihan ng kaaway na demonyong si Satanas. Para sa mga Israelita, ang pagsunod at hindi pagsunod sa Sampung Utos ang tumitiyak kung sila ay bansang pinili ng Diyos o hindi.

Gayon din sa ating mga naging anak na ng Diyos, ang ating pagsunod o hindi pagsunod ang tumitiyak kung tayo ay ligtas o hindi. Nagiging batayan ng ating pananalig ang pagsunod natin sa mga utos ng Diyos. Kaya ang pagsunod sa Sampung Utos ay nakaugnay sa ating kaligtasan, at ang mga utos na ito ay inilaan para sa atin ng pag-ibig at biyaya ng Diyos.

"Huwag Kang Magnanakaw"

Mayroong lumang kasabihan sa Korea: "Ang magnanakaw ng karayom ay nagiging magnanakaw ng baka." Ibig sabihin nito, kung ang gumagawa ng isang maliit na krimen ay hindi mapaparusahan, at paulit-ulit niya itong ginagawa, di magtatagal ay mas seryosong krimen na ang gagawin niya, at mas higit ang kaparusahang matatanggap niya. Kaya nagbababala ang Diyos sa atin, "Huwag kang magnanakaw."

Ito ay kwento ng lalaking si Fu Pu-ch'i na binansagang si "Tsze-tsien" o "Tzu-chien" at isa sa itinuturing na tagasunod ni

Confucius. Siya ay opisyal ni Tan-fu sa pamahalaan ng Lu, noong Panahon ng Chunqui (Tagsibol at Taglagas) at Panahon ng Pakikipaglaban ng Mga Estado ng Tsina. Nagkaroon ng balita na ang mga sundalo sa kalapit na pamahalaang Qi ay susugod at iniutos ni Fu Pu-ch'i na ang mga pader ng kaharian ay isarado ng husto.

Panahon ng tag-ani noon at ang mga pananim ng mga magsasaka ay hinog na at tamang-tama na para anihin. Tanong ng mga tao, "Bago isara ang mga pader at dumating ang mga kalaban, maaari bang mag-ani muna kami?" Hindi pinansin ni Fu Pu-ch'i ang hiling ng mga tao at ipinasara na ang mga pader. At nagsimulang ayawan ng mga tao si Fu Pu-ch'i, pinagbintangang kampi sa mga kalaban kaya siya ipinatawag ng hari para tanungin sa kanyang ginawang pagpapasiya. Sagot ni Fu Pu-ch'i, "Opo, malaking kawalan para sa atin kung kinuha lahat ng mga kalaban ang ating mga ani, ngunit kung sa pagmamadali ng mga tao natin ay inani nila ang mga pananim na pag-aari ng iba, mahihirapan tayong baliin ang nakaugaliang ito kahit lumipas pa ang sampung taon." Dahil sa kanyang sinabi, nakuha niya ang paggalang at paghanga ng hari.

Kung pumayag si Fu Pu-ch'i sa hiling ng mga tao para mag-ani, pero gagawin naman nilang dahilan ang pagnanakaw sa sakahan ng iba, ang magiging bunga nito sa bandang huli ay makakasama sa buong kaharian. Kaya ang "pagnanakaw" ay pagkuha ng isang bagay sa maling paraan, sa maling motibo. O kaya ay pagkuha ng isang bagay na hindi mo pag-aari, pagkuha ng pag-aari ng ibang tao.

Ngunit ang "pagnanakaw" na tinutukoy ng Diyos ay may mas higit na malalim at malawak na espirituwal na interpretasyon. Kaya ano ba ang nakapaloob sa kahulugan ng "pagnanakaw" na nasa ikawalong utos?

Pagkuha Ng Pag-aari Ng Ibang Tao: Ang Pisikal Na Kahulugan Ng Pagnanakaw

Mahigpit na ipinagbabawal ng Biblia ang pagnanakaw, at may nakasaad na batas at alituntunin kung ano ang dapat gawin kapag may isang nagnakaw (Exodo 22).

Kung ang isang ninakaw na hayop ay nakitang buhay pa sa kamay ng magnanakaw, dapat siyang magbayad sa mayari ng doble sa halaga ng kanyang ninakaw. Kung ang isang hayop na ninakaw ay pinatay at ipinagbili, dapat magbayad ang magnanakaw sa may-ari ng limang beses kapag baka at apat na beses kapag tupa. Kahit gaano pa kaliit ang isang bagay, ang pagkuha nito sa iba ay pagnanakaw, na itinuturing na krimen ng lipunan at may kaukulang kaparusahan.

Maliban sa mga hayagang kaso ng pagnanakaw, may mga sitwasyong maaaring may pagnanakaw sa pamamagitan ng kapabayaan. Halimbawa, sa araw-araw na pamumuhay maaaring nakaugalian na nating gumamit ng pag-aari ng iba nang hindi nagpapaalam at hindi man lang nag-iisip. At maaaring hindi tayo nakokonsiyensya sa paggamit nito ng walang paalam dahil malapit naman sa atin ang may-ari at ang bagay ay hindi naman ganoon kahalaga.

Katulad din ito kapag ginagamit natin ang pag-aari ng asawa nang walang paalam. Kahit sa di inaaasahang pangyayari, kung gumamit tayo ng bagay na hindi nagsasabi sa may-ari, isauli agad natin pagkatapos nating gamitin ito. Subalit maraming beses, hindi na natin ito naisasauli.

Hindi lang nawawalan kundi kawalan din ng respeto sa may-ari ito. Maaaring hindi ito seryosong krimen batay sa batas ng lipunan, sa mata ng Diyos ay pagnanakaw ito. Kung malinis ang konsiyensya ng isang tao, at may kinuha siyang isang bagay nang walang permiso – kahit gaano pa ito kaliit at kawalang halaga – makokonsiyensya pa rin siya.

Kahit na hindi tayo nagnakaw o nang-agaw ng isang bagay, kung napasaatin ang isang bagay sa hindi tamang paraan, bale pagnanakaw na rin ito. Ang paggamit ng posisyon o kapangyarihan para tumanggap ng suhol ay nasa kategorya din ng pagnanakaw. Babala ng Exodo 23:8, *"Huwag kang tatanggap ng suhol, sapagkat ang suhol ay bumubulag sa mga pinuno at sinisira ang mga salita ng mga banal."*

Ang mga nagtitindang may malinis na puso ay makokonsiyensya kapag nagtutubo sila ng malaki sa mga mamimili para mas kumita. Kahit na hindi sila nagnakaw ng pasikreto ng pag-aari ng iba, bale pagnanakaw pa rin ito dahil kumuha sila ng mas malaki kaysa sa nararapat.

Espirituwal Na Pagnanakaw: Pagnanakaw Ng Bagay Na Pag-aari Ng Diyos

Maliban sa "pagnanakaw" kung saan kumukuha ka sa iba ng walang permiso, nandiyan din ang "espirituwal na pagnanakaw" kung saan kumukuha ka sa Diyos ng walang permiso. Apektado dito ang kaligtasan ng isang tao.

Si Judas Iscariote na isang disipulo ni Jesus ay namamahala sa mga handog na bigay ng mga tao pagkatapos na mapagaling at mapagpala ni Jesus. Ngunit sa paglipas ng panahon, pumasok sa puso niya ang kasakiman, at nagsimula siyang magnakaw (Juan 12:6).

Mababasa sa Juan 12 nang dinalaw ni Jesus si Simoun sa bahay niya sa Betania at may insidente dito na may babaing dumating at binuhusan ng pabango si Jesus. Nang makita ito ni Judas, kinastigo niya ang babae at tinanong kung bakit hindi ipinagbili ang pabango at ibinigay ang pera sa mga mahihirap. Kung naipagbili lang ang mamahaling pabango, at bilang ingatyaman ay nakakupit na sana siya. At dahil ibinuhos sa paanan ni Jesus, nanghinayang siya nang labis.

At sa bandang huli, ipinagbili ni Judas si Jesus sa halagang tatlumpung pirasong pilak dahil naging alipin siya ng pera. Kahit nagkaroon siya ng pagkakataong makatanggap ng karangalang matawag na disipulo ni Jesus, nagnakaw siya sa Diyos at ipinagbili ang kanyang guro, na dumagdag pa sa kasalanan niya. Sa kasawiang-palad, wala pa siyang espiritu ng pagsisisi bago siya nagpakamatay at napasakanya ang miserableng katapusan (Mga Gawa 1:18).

Kaya nararapat na tingnan nating mabuti ang nangyayari kung ang isang tao ay nagnanakaw sa Diyos.

Ang Unang Sitwasyon Ay Kung Ang Isang Tao Ay Nakikialam Sa Pananalapi Ng Simbahan.

Kung ang magnanakaw ay nagkataong hindi mananampalataya, at nagnakaw siya sa simbahan, malamang na magkaroon din siya ng takot sa kanyang puso. Ngunit kung ang isang mananampalataya ay makikialam sa kaban ng Diyos, paano pa niya masasabing may pananampalataya siyang tumanggap ng kaligtasan?

Kahit na hindi ito malaman ng tao, nakikita lahat ng Diyos, at darating ang araw na hahatol Siya at ang magnanakaw ay nararapat na magbayad sa parusa ng kasalanan. Kung ang magnanakaw ay hindi makapagsisi sa kasalanan at mamatay nang hindi naliligtas, nakapangingilabot iyon, hindi ba? Sa panahong iyon, kahit ano pang pagsisisi ang gawin niya, huli na ang lahat. Hindi niya dapat pinakialaman ang pera ng Diyos sa simula pa lang.

Ang Ikalawang Sitwasyon Ay Kung Ang Isang Tao Ay Nananamantala Sa Mga Pag-aari Ng Simbahan At Ginamit Sa Maling Paraan Ang Pananalapi Ng Simbahan.

Kahit hindi direktang nagnakaw ang isang tao sa mga handog, kung ginamit niya sa maling paraan ang perang nakolekta mula sa mga miyembro ng mga grupo ng pagmimisyon o iba pang donasyon, pareho rin iyon ng pagnanakaw sa Diyos. Pagnanakaw din kung pinambibili ang pera ng simbahan ng mga gamit na pang-opisina at personal na ginagamit.

Ang mga maling uri ng paggamit ng pera ng simbahan ay: pag-aaksaya ng mga gamit sa simbahan; paggamit ng pondo ng simbahan para bumili ng mga gamit na kailangan; paggastos ng sukli sa iba pang bagay sa halip na ibalik sa simbahan; o personal na paggamit nang walang pag-iingat ng telepono, kuryente, mga kagamitan, kasangkapan o iba pang gamit ng simbahan.

Tiyakin din natin na hindi sinisira o tinitiklop ng mga bata ang mga sobre para sa mga kaloob, mga balitang simbahan o pahayagan, para paglaruan. May ilang nag-aakalang maliliit na bagay lang ang mga ito at walang halaga, pero sa espirituwal na aspeto, pagnanakaw pa rin iyon sa Diyos, at ang mga pagkilos na ito ay maaaring maging hadlang na kasalanan sa pagitan natin at ng Diyos.

Ang Ikatlong Sitwasyon Ay Pagnanakaw Ng Ikapu At Mga Kaloob.

Isinasaad sa Malakias 3:8-9, *"Nanakawan ba ng tao ang Diyos? Gayunma'y ninanakawan ninyo Ako. Ngunit inyong sinasabi, 'Paano ka namin ninanakawan?' Sa mga ikasampung bahagi at sa mga handog. Kayo'y isinumpa ng isang sumpa, sapagkat ninanakawan ninyo Ako – ng inyong buong bansa!"*

Ang pagbibigay ng ikapu ay paghahandog sa Diyos ng sampung porsiyento ng ating kinikita, bilang tanda na nauunawaan natin na Siya ang Panginoon ng lahat ng materyal na bagay at Siya ang namamahala ng lahat ng ating buhay. Kaya kung sasabihin nating sumasampalataya tayo sa Diyos ngunit hindi nag-iikapu, tayo ay nagnanakaw sa Diyos, at isang sumpa ang gagapang sa ating buhay. Hindi ibig sabihin na isusumpa tayo ng Diyos. Ibig sabihin na kung inaakusahan tayo ni Satanas sa maling ginawa, hindi tayo maiingatan ng Diyos, dahil sa totoo, sinusuway natin ang espirituwal na batas ng Diyos. Kaya magkakaroon tayo ng mga problema sa pananalapi, tukso, biglaang sakuna o pagkakasakit.

Pero katulad ng isinasaad sa Malakias 3:10, *"Dalhin ninyo ang buong ikasampung bahagi sa kamalig upang magkaroon ng pagkain sa Aking bahay, at sa gayo'y subukin ninyo Ako ngayon, sabi ng PANGINOON ng mga hukbo. Tingnan ninyo kung hindi Ko bubuksan para sa inyo ang mga bintana ng langit, at ibubuhos Ko sa inyo ang isang pagpapala na walang sapat na kalalagyan."* Kapag naghahandog tayo ng tamang ikapu, makakatanggap tayo ng ipinangakong biyaya at proteksiyon ng Diyos.

May mga tao ring hindi nakakatanggap ng pag-iingat ng Diyos dahil hindi nila ibinibigay ang buong ikapu. Hindi kasali ang iba pang pinanggagalingan ng kita, kinakalkula ng mga tao ang ikapu nila batay sa sweldo pagkatapos awasin ang lahat ng gastusin at buwis.

Ang tamang pagbibigay ng ikapu ay paghahandog sa Diyos ng sampung porsiyento ng kabuuan ng kita. Mga kinita sa negosyo, perang regalo, mga imbitasyon, at iba pang personal na regalo ang dapat pagbatayan sa pagkalkula at magbigay ng tamang ikapu mula sa mga ito.

May ilang sitwasyon na kinukwenta ang ikapu at ibinibigay ito bilang ibang uri ng paghahandog katulad ng para sa mga misyonero o pagbibigay dahil sa kagandahang loob. Itinuturing din itong pagnanakaw sa Diyos, dahil hindi ito tamang pag-iikapu. Kung papaano ginagamit ng simbahan ang mga paghahandog ay nasa departamento ng pananalapi ng simbahan, ngunit nakasalalay sa atin ang pagbibigay ng ikapu sa tamang pangalan o titulo ng paghahandog.

Maaari rin tayong magkaloob ng pera bilang pagpapasalamat. Napakaraming dapat ipagpasalamat ng mga anak ng Diyos. Sa handog na kaligtasan ay makakapunta tayo sa langit, sa iba't ibang katungkulan sa simbahan ay maaari tayong magkaroon ng gantimpala sa langit, at habang nandito tayo sa lupa, tumatanggap tayo ng pag-iingat at biyaya sa lahat ng oras, kaya dapat talaga tayong magpasalamat!

Kaya tuwing Linggo lumalapit tayo sa Diyos na may iba't ibang handog ng pagpapasalamat dahil sa Kanyang pag-iingat sa isa na namang linggo. At sa biblikal na kasiyahan o okasyon, kapag mayroon tayong espesyal na dahilan para magpasalamat sa Diyos, naghihiwalay tayo ng espesyal na kaloob bilang alay sa Diyos.

Sa relasyon natin sa ibang tao, kapag may tumulong sa atin o naglingkod sa atin sa espesyal na paraan, hindi lang tayo nagpapasalamat mula sa puso natin; nais nating magkaloob sa kanya bilang ganti. Gayon din, natural lang na nais nating magalay sa Diyos para ipakita ang ating kasiyahan sa kaligtasang handog Niya at sa paghahanda ng langit para sa atin (Mateo 6:21).

Kung sinasabi ng isang tao na may pananalig siya ngunit kuripot sa paghahandog sa Diyos, ibig sabihin ay mayroon pa rin siyang kasakiman sa mga materyal na bagay. Nagpapakita ito na mas mahal niya ang mga materyal na bagay kaysa sa Diyos. Kaya isinasaad ng Mateo 6:24, *"Walang makapaglilingkod sa dalawang panginoon, sapagkat kapopootan niya ang isa at iibigin ang ikalawa; o magiging tapat siya sa isa, at hahamakin ang ikalawa. Hindi kayo makapaglilingkod sa Diyos at sa kayamanan."*

Kung matatag na Cristiano tayo, ngunit mas mahal natin ang mga pag-aaring materyal kaysa sa Diyos, mas madali para sa ating manumbalik sa dati kaysa sumulong sa pananalig. Ang biyayang natanggap natin ay nagiging nakalipas na alaala, ang dahilan ng pagpapasalamat ay lumiliit, at bago pa natin malaman, ang pananalig natin ay nangunguluntoy kaya nalalagay sa panganib ang ating kaligtasan.

Nalulugod ang Diyos sa halimuyak ng paghahandog na may tunay na pagpapasalamat at pananalig. Ang bawat isa ay may iba't ibang sukat ng pananalig, at alam ng Diyos ang bawat sitwasyon ng tao, at nakikita Niya ang bawat puso ng tao. Kaya hindi ang sukat at halaga ng paghahandog ang mahalaga sa Kanya. Alalahanin na pinuri ni Jesus ang babaing balo na nag-alay ng dalawang kusing na siyang pag-aari niya (Lucas 21:2-4).

Kapag ganitong nalulugod ang Diyos, pagpapalain tayo ng maraming biyaya at mga dahilan para magpasalamat, ang mga handog natin ay hindi maaaring ihambing sa mga biyayang ating tinatanggap mula sa Kanya. Tinitiyak ng Diyos na ang ating kaluluwa ay masagana, at pinagpapala Niya tayo para ang buhay natin ay mag-umapaw sa dahilan para magpasalamat. Pinagpapala tayo ng Diyos ng tatlumpung ulit, animnapung ulit, at isandaang ulit sa mga kaloob na itinataas natin sa Kanya.

Pagkatanggap ko kay Cristo at nang malaman kong dapat tayong maghandog ng ikapu at mag-alay sa Diyos, sumunod na ako kaagad. Habang nakaratay ako sa banig ng karamdaman sa loob ng pitong taon, marami akong naging utang. Pero dahil sa laki ng pasasalamat ko na pinagaling ako ng Diyos sa mga sakit ko, nag-aalay ako sa Diyos ng buong makakaya ko. Kahit na nagtatrabaho kaming dalawa ng asawa ko, hindi kami halos makabayad kahit ng interes sa utang namin. Magkagayun man, hindi kami dumalo sa pagsamba ng walang dala.

Nang sumampalataya kami sa makapangyarihang Diyos at sumunod sa Kanyang salita, tinulungan Niya kaming mabayaran ang napakalaking utang namin sa loob lang ng ilang buwan. At sa takdang panahon, naranasan namin ang pagbuhos ng Diyos ng walang tigil na pagpapala para makapamuhay kami ng masagana.

Ang Ikaapat Na Sitwasyon Ay Pagnanakaw Ng Salita Ng Diyos.

Ang pagnanakaw ng salita ng Diyos ay pagsasabi ng walang katotohanang propesiya sa pangalan ng Diyos (Jeremias 23:30-32). Halimbawa, may mga taong nagnanakaw ng salita Niya sa pagsasabing narinig nila ang tinig ng Diyos at nagsasabi sila ng tungkol sa hinaharap na animo mga manghuhula. O kaya sinasabihan ang isang tao na palaging nalulugi sa negosyo ng ganito, "Niloob ng Diyos na malugi ka sa negosyo mo dahil dapat ay naging pastor ka sa halip na nagpapatakbo ng negosyo."

Ipinapalagay ding pagnanakaw ng salita ng Diyos ang taong nagkaroon ng panaginip o pangitain na nanggagaling lang sa kanyang isipan at magsasabing "Ibinigay ng Diyos sa akin ang panaginip na ito," o "Ibinigay ng Diyos sa akin ang pangitaing ito." Nasa kategorya rin ito ng maling paggamit ng pangalan ng Diyos.

Magandang maunawaan ang kalooban ng Diyos sa pamamagitan ng Banal na Espiritu, ngunit para ito magawa ng tama, kailangan nating suriin kung katanggap-tanggap tayo sa Diyos. Dahil hindi basta-basta makikipag-usap ang Diyos sa kahit na kanino. Makikipag-usap lang Siya sa mga taong malilinis ang puso. Kaya kailangan nating matiyak na hindi tayo nagnanakaw ng salita ng Diyos ng kahit na kaunti habang nagiisip ng malalim tungkol sa ibang bagay.

Bukod pa rito, kung nadarama natin ang matinding kirot ng konsiyensya o kahihiyan kapag kumukuha tayo o gumagawa ng isang bagay, isa itong tanda na dapat nating suriing muli ang ating sarili. Ang matinding kirot ng konsiyensya ay maaaring dahil sa pansariling motibo. May kinukuha tayong hindi natin pag-aari, at ang Banal na Espiritung nasa atin ay namimighati.

Halimbawa, kahit wala tayong ninanakaw na bagay, pero tumanggap tayo ng sahod kahit naging tamad sa trabaho, o binigyan tayo ng tungkulin o gawain sa simbahan at hindi natin ito tinupad, makakaramdam tayo ng kirot ng konsiyensya kung mayroon tayong malinis na puso.

Kung ang isang taong tapat sa Diyos ay nag-aaksaya ng panahong nararapat para sa Diyos at nagiging dahilan ng kabawasan ng panahon para sa kaharian ng Diyos, nagnanakaw siya ng oras o panahon. Hindi lang para sa Diyos, kundi sa trabaho at iba pang sitwasyon, dapat nating tiyakin na nasa oras tayo para hindi natin masayang ang oras ng ibang tao.

Kaya nararapat na suriin natin ang ating mga sarili para matiyak na hindi tayo nagkakasala ng pagnanakaw sa kahit na anong paraan, at iwaksi ang pagiging makasarili at pagiging sakim sa isip at puso. At sa malinis na konsiyensya, dapat tayong magsikap na magkaroon ng tunay at tapat na puso sa harapan ng Diyos.

Kabanata 10

Ang Ikasiyam na Utos

"Huwag Kang Magiging Sinungaling Na Saksi Laban Sa Iyong Kapwa"

Exodo 20:16

"Huwag kang magiging sinungaling na saksi laban sa iyong kapwa."

Ito ang gabi nang dakpin si Jesus. Habang nakaupo si Pedro sa patyo kung saan tinatanong si Jesus, may lumapit sa kanyang aliping babae at sinabi sa kanya, "Ikaw ay kasama rin ni Jesus na taga-Galilea." Nabigla si Pedro at sumagot, "Hindi ko alam ang sinasabi mo" (Mateo 26).

Hindi naman totoong itinanggi ni Pedro si Jesus sa puso niya – nagsinungaling siya dahil sa biglaang takot. Pagkatapos ng pangyayaring ito, lumabas si Pedro at iniumpog ang ulo sa lupa, mapait na nananaghoy. At nang ipinapasan na ni Jesus ang krus paakyat sa Golgota, sumunod si Pedro ngunit hindi siya makalapit, nahihiya at hindi man lang maitaas ang kanyang ulo.

Kahit na nangyari ito bago pa tanggapin ni Pedro ang Banal na Espiritu, dahil sa kanyang kasinungalingan ay hindi niya maatim na maipako sa krus nang nakatayo. Nang matanggap na niya ang Banal na Espiritu at ibinuhos na ang buhay sa ministeryo ni Jesus, may kahihiyan pa rin siya dahil sa pagtanggi kay Jesus, at sa bandang huli ay nagpapako siya ng patiwarik.

"Huwag Kang Magiging Sinungaling Na Saksi Laban Sa Iyong Kapwa"

Sa mga salitang sinasabi ng tao sa araw-araw, may mga salitang napakahalaga at may mga salitang walang kwenta. May mga walang saysay, at may mga masasama na nakakasakit o nakakadaya sa ibang tao.

Ang kasinungalingan ay mga masasamang salita na lumilihis sa katotohanan. Kahit pa hindi ito aminin, maraming tao ang hindi na mabilang ang ginagawang kasinungalingan sa araw-araw – malaki man o maliit. Ilang tao ang magsasabing "Hindi ako nagsisinungaling," ngunit bago pa nila malaman ay nakatuntong na sila sa gabundok na kasinungalingan.

Ang karumihan, kahalayan at kaguluhan ay maaaring maitago sa dilim. Pero kung may liwanag na suminag sa isang silid, kahit na ang pinakamaliit na batik ng alikabok o mantsa ay kitang-kita. Ang Diyos na Siyang katotohanan ay katulad din ng liwanag; at nakikita Niya ang mga taong nagsisinungaling sa tuwi-tuwina.

Kaya sa ikasiyam na utos, sinasabihan tayo ng Diyos na huwag magbigay ng maling patotoo laban sa ating kapwa. Ang ibig sabihin ng "kapwa" ay ang mga magulang, mga kapatid, mga anak – kahit sino maliban sa sarili natin. Suriin natin kung ano ang kahulugan ng "sinungaling na patotoo para kay Jesus, sa tatlong bahagi.

Una, Ang "Pagpapatotoo na May Kasinungalingan" Ay Pagsasalita Tungkol Sa Kapwa Ng Walang Katotohanan.

Makikita nating napakahirap talagang magbigay ng maling patotoo, halimbawa na lang ang naoobserbahan natin sa mga paglilitis sa korte. Dahil ang testimonya ng saksi ay may malaking epekto sa magiging pinal na paghatol, kahit ang pinakabahagyang paglihis sa katotohanan ay maaaring makapagbigay ng napakalaking kasawian sa inosenteng tao. Isang sitwasyon na maglalagay sa buhay o kamatayan para sa kanya.

Para maiwasang abusuhin ang pwesto ng saksi sa korte, nag-utos ang Diyos sa mga hukom na makinig sa iba't ibang saksi para higit na maunawaan nang tama ang lahat ng aspeto ng kaso upang makapagpasiya ng tama. Kaya nag-utos Siya sa mga saksi at sa mga tagahatol na maging mahinahon at maingat.

Sa Deuteronomio 19:15, isinasaad ng Diyos, *"Ang nagiisang saksi ay hindi mangingibabaw laban sa isang tao sa anumang kasamaan o kasalanang kanyang nagawa; sa patotoo ng dalawa o tatlong saksi ay pagtitibayin ang usapin."* At nagpatuloy Siya sa talatang 16-20 *"Kung ang isang sinungaling na saksi ay tumindig laban sa kanino man upang sumaksi laban sa kanya tungkol sa masamang gawa,"* dapat na maparusahan siya ng parusang binalak niyang ipataw sa kanyang kapwa.

Bukod sa mga mabibigat na sitwasyong ito na nagiging kalugihan sa isang tao dahil sa maling paratang ng iba, marami pang ibang kaso sa pagsasabi ng maliliit na kasinungalingan tungkol sa kapwa sa araw-araw. Kahit na hindi nagsisinungaling ang isang tao tungkol sa kanyang kapwa, kung hindi naman niya ibinubunyag ang katotohanan sa isang sitwasyon na dapat niyang gawin para maipagtanggol ito, maituturing din itong pagsisinungaling.

Kung may taong napagbintangan sa isang bagay na tayo ang may kagagawan, at hindi tayo umimik dahil natatakot tayong maparusahan, paano tayo magkakaroon ng malinis na konsiyensya? Tama, inuutusan tayong huwag magsinungaling pero inuutusan din tayong magkaroon ng tapat na puso para makita sa salita at kilos natin ang integridad at katotohanan.

Ano naman para sa Diyos ang mga "little white lies" o mga maliliit na kasinungalingang sinasabi natin para maaliw o guminhawa ang pakiramdam ng kapwa?

Halimbawa dumadalaw tayo sa kaibigan, at pag tinanong tayo "Kumain ka na ba?" At kahit na hindi pa tayo kumakain, ang sagot natin ay "Oo, tapos na," para hindi na siya mag-abala. Sa pagkakataong ito, dapat pa rin tayong magsabi ng totoo tulad ng "Hindi pa ako kumakain pero ayokong kumain ngayon."

May mga halimbawa rin ng mga "white lies" sa Biblia.

Sa Exodo 1, may pangyayaring natatakot na ang hari ng Ehipto dahil dumami na nang husto ang mga Israelita kaya nagbaba siya ng isang utos sa mga hilot na Hebrea. Sinabi niya sa kanila, *"Paghilot ninyo sa mga babaing Hebrea at pagtingin ninyo sa kanila sa upuang panganganakan, kung lalaki ay papatayin ninyo; ngunit kung babae ay mabubuhay ito"* (t. 16).

Ngunit hindi nakinig sa hari ng Ehipto ang mga hilot dahil may takot sila sa Diyos kaya hinayaan nilang mabuhay ang mga sanggol na lalaki. Nang ipatawag ng hari ang mga hilot at tinanong sila, "Bakit ninyo ginawa ang bagay na ito at hinayaan ninyong mabuhay ang mga sanggol na lalaki?" Isinagot nila, "Sapagkat ang mga babaing Hebrea ay hindi gaya ng mga babaing Ehipcia. Sila'y malalakas at nakapanganak na bago dumating ang hilot sa kanila."

Ganoon din noong nagselos kay David ang unang hari ng Israel na si Saul dahil mas mahal siya ng mga tao. Nilansi ni Jonathan ang tatay niyang si Saul para maisalba ang buhay ni David.

Sa sitwasyong ito na nagsisinungaling para sa ikabubuti ng kapwa, at hindi para sa pansarili nilang motibo, hindi kaagad sila sisitahin at sasabihing "Nagsinungaling ka." Tulad ng ginawa Niya sa mga hilot na Hebrea, ipapakita Niya ang Kanyang biyaya sa kanila dahil sinikap nilang magsalba ng buhay dahil sa kanilang magandang intensyon. Gayunman, pag narating ng tao ang antas ng pagiging lubos na dalisay, maaabot na nila ang puso ng kanilang kaaway o ang taong kausap na hindi na kailangan pang magsabi ng munting kasinungalingan o "little white lie."

Ikalawa, Ang Pagdagdag O Pagbawas Ng Mga Salita Kapag Nagpapasa Ng Mensahe Ay Isa Pang Uri Ng Pagbibigay Ng Maling Patotoo.

Ang sitwasyong ito ay kapag naghahatid ka ng mensahe tungkol sa isang tao na binabali mo ang katotohanan – dahil marahil sa idinagdag mo ang sarili mong iniisip o nadarama, o kaya ay may sinadya kang hindi sabihin. Kapag nagsasabi tayo ng isang bagay sa isang tao, ang pagtanggap nila sa sinasabi ay depende sa kanilang emosyon at nakaraan. Kaya kung may impormasyong pasalin-salin, ang orihinal na mensahe ay madaling maiba o mawala.

Pero kahit na bawat isang salita ay naipasa nang tama, pati mga kudlit, kuwit at iba pang bantas, maaari pa ring magbago ang kahulugan depende sa paraan ng pagkakasabi o sa mga salitang bibigyang-diin. Halimbawa, may malaking kaibahan sa pagitan ng pagsasabi ng nagmamahal na kaibigan ng salitang "Bakit?" at sa isang sumisigaw ng "Bakit?!" na may galit na ipinamamalas sa kanyang mukha.

Kaya sa tuwing nakikinig tayo sa isang tao, sikapin nating maunawaan ang sinasabi niya nang hindi nilalagyan ng personal na nararamdaman ang mensahe. Ganoon din ang dapat mangyari kapag may kinakausap tayo. Gawin natin ang makakaya na ipahatid ang tunay na mensahe ng nagsasalita – ang lahat ng ibig niyang sabihin.

Bukod pa diyan, kung ang laman ng mensahe ay walang katotohanan o hindi naman makakatulong sa makakarinig, kahit na kumpleto nating maihahatid ang mensahe, mas makabubuting huwag na lang nating ihatid ang mensahe.

Dahil kahit mabuti ang intensyon natin maaaring masaktan o mainsulto ang paghahatiran natin; at kapag nangyari ito, tayo pa ang naging daan ng kanilang sigalot.

Mababasa sa Mateo 12:36-37, *"Subalit sinasabi Ko sa inyo, na sa araw ng paghuhukom ay pananagutan ng mga tao ang bawat salita na binigkas na walang ingat. Sapagkat sa pamamagitan ng iyong mga salita ay pawawalang-sala ka at sa pamamagitan ng iyong salita ay mahahatulan ka."* Kaya dapat na magpigil tayo sa pagsasalita ng hindi totoo at ng hindi tungkol sa pag-ibig ng Panginoon. Maaari rin itong ilapat sa pakikinig natin ng mga salita.

Ikatlo, Paghuhusga At Pamimintas Sa Iba Nang Hindi Nauunawaan Ang Kanilang Mga Puso Ay Isa Ring Uri Ng Pagbibigay Ng Maling Patotoo Sa Kapwa.

Kadalasan, hinuhusgahan ng tao ang ugali at intensiyon ng kapwa ginagamit na gabay ang sariling iniisip at nadarama. Sasabihin nila "Malamang nasabi niya iyon na ito ang iniisip niya," o kaya "Siguradong ito ang mga intensiyon niya kaya niya nagawa iyon."

Halimbawang may bagong empleyadong hindi magiliw sa kanyang boss o amo dahil kinakabahan siya sa bagong kapaligiran. Maaaring isipin ng boss, "Mukhang hindi kumportable sa akin itong bagitong empleyado dahil siguro sa negatibong sinabi ko sa kanya noong nakaraang araw." Ang maling akalang ito ng boss ay batay sa sarili niyang palagay. Sa isa pang sitwasyon, dahil malabo ang mata, hindi napansin ng isa na nandoon ang kaibigan. Maaaring isipin ng kaibigan, "Sa kilos niya ay parang hindi niya ako kilala! Galit kaya siya sa akin?"

At kung may isa pang ganitong-ganito rin ang sitwasyon, maaaring magpakita ng iba namang reaksyon. Ang bawat isa ay may ibang iniisip at pakiramdam, kaya bawat tao ay iba ang reaksyon sa mga sitwasyon. Kaya kapag ang bawat isa ay binigyan ng magkakaparehong paghihirap, bawat isa ay may magkakaibang lakas para mapagtagumpayan ito. Samakatuwid, kapag may nakita tayong nasasaktan, huwag natin siyang hatulan sa sariling batayan ng pagtitiis at mag-iisip ng "Bakit ba masyado ang reaksyon niya sa walang kwentang bagay na ito?" Hindi madaling maunawaan ang saloobin ng isang tao – kahit na mahal mo pa siya at malapit ka sa kanya.

Bukod pa diyan, marami pang paraan ng maling paghatol at pagtingin sa iba, hindi nasisiyahan at sa huli ay hinuhusgahan, dahil lang sa ginagamit ang sariling sukatan. At kapag nagsalita tayo ng negatibo tungkol sa kanya, nagbibigay tayo ng maling patotoo tungkol sa kanya. At kung kasali tayo sa ganitong gawain sa pakikinig sa kasinungalingan at nakikibahagi sa paghatol at paghusga sa isang tao, muli ay nagkakasala tayo sa pagbibigay ng maling patotoo laban sa ating kapwa.

Karamihan ay nag-iisip na kung sila mismo ay gumanti sa masamang paraan, ang iba na nasa ganoon ding sitwasyon ay ganoon din ang gagawin. Dahil sila ay may mandarayang puso, akala nila ay madaya din ang iba. At kung may naisip silang masama sa isang sitwasyon, akala nila "Malamang ang taong iyan ay may masama ring iniisip." At dahil mababa ang tingin nila sa iba, akala nila "Mababa ang tingin sa akin ng taong iyan. Napakayabang niya."

Kaya isinasaad sa Santiago 4:11, *"Mga kapatid, huwag kayong magsalita ng masama laban sa isa't isa. Ang nagsasalita laban sa kapatid, o humahatol sa kanyang kapatid ay nagsasalita ng masama laban sa kautusan, at humahatol sa kautusan. Ngunit kung ikaw ay humahatol sa kautusan, hindi ka na tagatupad ng kautusan, kundi isang hukom."* Kung ang isa ay humahatol o naninirang-puri sa kapwa, ibig sabihin ay mayabang siya at sa bandang huli ay gusto niyang maging katulad ng Diyos ang Hukom.

At mahalagang malaman na kung pinag-uusapan natin ang kahinaan ng ibang tao at hinuhusgahan sila, nagkakasala tayo ng mas malaking kasalanan. Mababasa sa Mateo 7:1-5, *"Huwag humatol upang hindi kayo mahatulan. Sapagkat sa hatol na inyong ihahatol ay hahatulan kayo; at sa panukat na inyong isusukat, ay susukatin kayo. Bakit mo nakikita ang puwing na nasa mata ng iyong kapatid, ngunit hindi mo pinapansin ang troso na nasa iyong sariling mata? O paano mong nasasabi sa iyong kapatid, 'Hayaan mong alisin ko ang puwing sa iyong mata,' samantalang mayroong troso sa iyong sariling mata? Ikaw na mapagkunwari, alisin mo muna ang troso sa iyong sariling mata at nang magkagayon, makakakita ka nang malinaw upang maalis mo ang puwing sa mata ng iyong kapatid."*

Isa pang bagay, kailangan tayong maging napakaingat sa paghatol sa salita ng Diyos batay sa ating iniisip. Kung anong imposible sa tao ay posible sa Diyos, kaya pagdating na sa salita ng Diyos, hindi dapat sabihing "Mali iyan."

Pagsisinungaling Sa Pamamagitan Ng Pagdadagdag O Pagbabawas Sa Katotohanan

Kahit wala namang masamang intensiyon, maaari tayong magdagdag o magbawas sa katotohanan sa araw-araw. Halimbawa, kung kumain ng marami ang isa, pwede nating sabihin, "Kinain niya lahat." At kung may natitira pang kaunting pagkain, sasabihin natin, "Ni katiting ay walang natira!" May mga pagkakataong kahit tatlo o apat lang ang sumang-ayon sa isang bagay, sasabihin natin "Lahat ay sumang-ayon."

Kaya, ang mga bagay na itinuturing na hindi kasinungalingan ay sa totoo lang ay kasinungalingan. May mga pagkakataon ding pinag-uusapan ang isang bagay na hindi naman natin alam ang lahat tungkol dito, kaya nagsisinungaling din tayo.

Halimbawa, may nagtatanong sa atin kung ilang empleyado ang nagtatrabaho sa isang kompanya, at ang isasagot natin "Ganito karami ang empleyado..." at pagkatapos ay binilang natin at napagtanto na hindi pala iyon ang tamang bilang. Kahit hindi natin sinadyang magsinungaling, kasinungalingan pa rin iyon dahil taliwas sa katotohanan. Kaya sa sitwasyong ito, ang mas tamang sagot sa tanong ay "Hindi ko alam ang eksaktong bilang, pero sa palagay ko ay mga ganitong bilang ang mga tao."

Siyempre, sa mga ganitong sitwasyon hindi natin sinasadyang magsinungaling na may masamang motibo, o hinuhusgahan ang iba. Subalit kung may nakita tayong bahid ng ganitong pag-iisip o pagkilos, magandang tingnan natin ang pinanggagalingan ng problema. Ang isang taong puspos ng katotohanan ang puso ay hindi magdadagdag o magbabawas sa katotohanan, kahit na gaano pa kaliit ito.

Ang isang taong napakatotoo at tapat ay tatanggap ng katotohanan bilang katotohanan, at ipapahatid ang katotohanan bilang katotohanan. Kaya kahit napakaliit at hindi mahalaga ang isang bagay, kung pinag-uusapan natin ito ng may bahid ng kasinungalingan, ibig sabihin, ang puso natin ay hindi pa napupuspos ng katotohanan. At kung ang puso natin ay hindi pa puspos ng katotohanan, ibig sabihin na kung napunta tayo sa isang sitwasyon na may nanganganib na buhay, kayang-kaya nating magdala ng pinsala sa isang tao sa pamamagitan ng pagsisinungaling tungkol sa kanya.

Gaya ng nasusulat sa 1 Pedro 4:11, *"Sinumang nagsasalita ay gawin iyon nang tulad sa nagsasalita ng mga aral ng Diyos,"* sikapin nating huwag magsinungaling o magbiro gamit ang mga kasinungalingan. Kahit ano pa ang sabihin natin, dapat tayong magsabi ng katotohanan na animo binibigkas natin ang salita ng Diyos. At magagawa natin ito sa pamamagitan ng taimtim na pananalangin at pagtanggap ng gabay ng Banal na Espiritu.

Kabanata 11
Ang Ikasampung Utos

"Huwag Mong Iimbutin Ang Bahay Ng Iyong Kapwa"

Exodo 20:17

"Huwag mong iimbutin ang bahay ng iyong kapwa; huwag mong iimbutin ang asawa ng iyong kapwa, o ang kanyang aliping lalaki o ang kanyang aliping babae, o ang kanyang baka, o ang kanyang asno, o ang anumang bagay ng iyong kapwa."

Alam mo ba ang kwento ng gansa na nangitlog ng mga gintong itlog? Isa ito sa mga sikat na kwento ni Aesop. Noong unang panahon, isang magsasaka na nakatira sa isang maliit na baryo ang nagkaroon ng isang kakaibang gansa. Habang iniisip niya kung ano ang gagawin sa gansa, isang nakakagulat na pangyayari ang naganap.

Nagsimulang mangitlog ang gansa ng gintong itlog tuwing umaga. Isang araw, naisip ng magsasaka, "Marahil, napakaraming gintong itlog sa loob ng gansang iyan." Naging sakim ang magsasaka at nagnasa ng isang tambak na ginto para yumaman siya kaagad, sa halip na maghintay sa araw-araw ng isang gintong itlog.

At nang lumala na ang kanyang kasakiman, hiniwa niya ang tiyan ng gansa ngunit wala siyang natagpuang kahit katiting na ginto sa loob nito. Noong sandaling iyon, napagtanto ng magsasakang nagkamali siya, nagsisi siya ngunit huli na ang lahat.

Katulad niya, walang hangganan ang kasakiman ng tao. Kahit gaano pa karami ang ilog na aagos sa dagat, hindi mapupuno ang dagat. Ganyan ang kasakiman ng tao. Kahit gaano pa karami ang pag-aari, walang kasapatan. Nakikita natin ito araw-araw. Pag lumala na talaga ang kasakiman ng tao, wala na siyang kasapatan sa kung anong mayroon siya, nagiging mapaghangad pa siya at sinisikap na mapasakanya ang pag-aari ng iba kahit sa masamang paraan. At sa bandang huli ay nakakagawa siya ng grabeng kasalanan.

"Huwag Mong Iimbutin Ang Bahay Ng Iyong Kapwa"

Ang "pag-iimbot" ng isang bagay ay paghahangad ng pag-aari ng iba at pagsisikap na mapasaiyo ito sa maling paraan. Ito rin ay pagkakaroon ng pusong mapagnasa ng lahat ng makalamang bagay dito sa mundo.

Karamihan sa mga krimen ay nagsisimula sa pusong mapag-imbot. Ang pag-iimbot ay nagdadala sa tao para magsinungaling, magnakaw, mandaya, mangdispalko, pumatay, at gumawa ng lahat ng klaseng krimen. May iba pang pangyayari na hindi lang iniimbot ang mga materyal na bagay kundi pati posisyon at kasikatan din.

Dahil sa mapag-imbot na puso, nagiging magkakaaway ang mga magkakapatid, mga magulang at mga anak, kahit mga mag-asawa. Nagiging magkakaaway ang mga pamilya sa halip na mamuhay ng masaya sa katotohanan. Nagseselosan at naiinggit sa mga nakakaangat sa kanila.

Kaya sa pamamagitan ng ikasampung utos, nagbabala ang Diyos laban sa pag-iimbot, na siyang pinagmumulan ng kasalanan. Bukod pa riyan, nais ng Diyos na ituon natin ang ating mga isip sa mga bagay sa itaas (Colosas 3:2). Kapag hinahanap natin ang buhay na walang haggan at pinupuspos ang ating mga puso ng pag-asa sa langit, doon lang tayo makakaranas ng kasiyahan at kasayahan. Doon lang natin maiwawaksi ang pag-iimbot. Isinasaad ng Lucas 12:15, *"Mag-ingat kayo at magbantay laban sa lahat ng kasakiman, sapagkat ang buhay ng tao ay wala sa kasaganahan ng kanyang mga ari-arian."* Tulad ng sinasabi ni Jesus, sa pagwawaksi lang ng lahat ng pag-iimbot tayo makakaiwas sa kasalanan at magkakaroon ng buhay na walang hanggan.

Ang Proseso Kung Papaanong Ang Pag-Iimbot ay Lumalabas Sa Anyo Ng Kasalanan

Papaano nagiging kasalanan ang pag-iimbot? Halimbawang dumalaw ka sa napakagarang bahay. Gawa ang bahay sa marmol at napakalaki nito. Punung-puno rin ito ng mga mamahaling kasangkapan. Sapat lang para masabing "Kahanga-hanga ang bahay na ito! Tunay na napakaganda!"

Pero hindi sa komentong ito tumitigil ang iba. Patuloy silang nag-iisip, "Sana ay may bahay din akong ganoon. Sana ay maging kasing yaman ko ang taong iyon..." Siyempre, ang mga tunay na mananampalataya ay hindi papayag na matuloy sa pagnanakaw ang ganitong isipan. Pero sa uri ng ganitong pag-iisip, "Sana magkaroon din ako niyan," papasok ang kasakiman sa puso nila.

At kapag pumasok na ang kasakiman sa puso, ilang sandali lang at magkakasala na ang isang tao. Isinasaad sa Santiago 1:15, *"At kapag ang pagnanasang iyon ay naipaglihi, ito ay nanganganak ng kasalanan, at ang kasalanan kapag malaki na ay nagbubunga ng kamatayan.*" May mga mananampalataya na hindi napagtagumpayan ang pagnanasa at kasakiman, at sa huli ay nauwi sa paggawa ng krimen.

Sa Josue 7, mababasa natin ang tungkol kay Acan na napuno rin ng kasakiman at nauwi sa kamatayan bilang parusa. Si Josue na pumalit kay Moises sa pagiging lider ay nasa yugto ng pagsakop sa bayan ng Canaan. Kalulusob lang ng mga Israelita sa Jerico at binalaan sila ni Josue na lahat ng makukuha doon ay para sa Diyos kaya walang sinumang dapat humawak doon.

Subalit nang makita ni Acan ang mamahaling balabal at ilang pilak at ginto, naghangad siya at itinago ang mga ito. Dahil hindi ito alam ni Josue, nagpatuloy sila sa paglusob sa susunod na lunsod, ang Ai. Dahil maliit lang ito, inisip ng mga Israelita na madali nila itong matatalo. Laking-gulat nila nang matalo sila. At sinabi ng Diyos kay Josue ang dahilan, ang kasalanang ginawa ni Acan. Bunga nito, hindi lang si Acan kundi ang buong pamilya niya – at mga alagang hayop – ay dapat mamatay.

Sa 2 Mga Hari 5, mababasa natin ang tungkol kay Gehazi, ang alipin ni Eliseo. Nagka-ketong siya dahil naghangad ng mga bagay na hindi kanya. Gaya ng sinabi ni Eliseo, naglubog ng pitong beses si Heneral Naaman sa Ilog ng Jordan upang gumaling sa kanyang ketong. Nang siya ay gumaling, nais niyang regaluhan si Eliseo bilang pagpapahalaga sa ginawa niya. Ngunit tinaggihan ito ni Eliseo.

Nang pabalik na si Heneral Naaman sa kanyang bayan, hinabol siya ni Gehazi at pinapalabas na inutusan siya ni Eliseo na kunin ang mga regalo niya. Itinago niya ang mga ito at tinangkang lokohin si Eliseo pero alam nito ang plano niya sa simula pa lang. Kaya napunta kay Gehazi ang ketong ni Naaman.

Ganoon din ang pangyayari kina Ananias at asawang Safira na mababasa sa Ang Mga Gawa 5. Nagbenta sila ng kanilang lupa at nangako sa Diyos na iaalay ang perang mapapagbilhan. Nang mapasakamay na nila ang pera, nagbago ang isip nila at nagtago sila ng bahagi nito para sa kanilang sarili. Dinala nila ang natirang pera sa mga apostol. Ang pandaraya sa mga apostol ay pandaraya rin sa Banal na Espiritu kaya agad-agad, namatay silang dalawa.

Ang Mapag-Imbot Na Puso Ay Nauuwi Sa Kamatayan

Ang pag-iimbot ay malaking kasalanan na nauuwi sa kamatayan. Kaya napakahalaga para sa atin na iwaksi ang pag-iimbot sa ating puso, gayundin ang mga tukso at kasakiman na nagtutulak sa atin na pagnasahan ang mga makamundong bagay. Anong ikabubuti na mapasaatin ang lahat ng gusto natin sa buong mundo kung mamamatay naman tayo?

Kahit wala kang kayamanan dito sa mundo, kung nananampalataya ka sa Panginoon at may tunay na buhay, tunay kang mayaman. Sa natutunan natin sa talinghaga tungkol sa mayamang lalaki at sa pulubing si Lazaro sa Lucas 16, ang tunay na pagpapala ay pagkakaroon ng kaligtasan pagkatapos maiwaksi ang mapag-imbot na puso.

Ang mayamang lalaki na walang pananampalataya sa Diyos at pag-asa sa langit ay namuhay nang mariwasa – mamahaling damit, nagpasasa sa kanyang kasakiman, at pagsasaya ng walang taros. Sa kabilang banda, ang pulubing si Lazaro ay nakahiga habang namamalimos sa may pintuan ng mayaman. Napakahirap ng buhay niya, kahit ang mga aso ay lumalapit sa kanya para dilaan ang kanyang mga sugat. Subalit sa kaibuturan ng puso niya ay pinupuri niya ang Diyos at mayroon siyang pag-asa sa langit.

Namatay ang mayamang lalaki at si Lazaro. Ang pulubing si Lazaro ay dinala ng mga anghel sa kandungan ni Abraham, pero ang mayamang lalaki ay napunta sa Hades kung saan siya nagdurusa. Dahil sa nauhaw siya sa matinding paghihirap at sa apoy, humiling ang lalaki ng kahit na isang patak na tubig. Kahit na ang hiling na iyon ay hindi naibigay sa kanya.

Ano kaya kung nabigyan ng pangalawang pagkakataon ang mayamang lalaki na mabuhay ulit sa mundo? Marahil ay pipiliin niyang magkaroon ng buhay na walang hanggan sa langit, kahit na mabuhay ng mahirap dito sa lupa. At para sa isang naghihirap katulad ni Lazaro, kung matututunan lang niyang matakot sa Diyos at mamuhay sa Kanyang liwanag, makakatanggap din siya ng materyal na biyaya habang nandito siya sa mundo.

Nang mamatay ang asawang si Sara, ninais ni Abraham na ama ng pananampalataya na bilhin ang yungib ng Macpela para doon ilibing ang asawa. Ibinibigay ito ng libre ng may-ari pero tinanggihan ni Abraham, at binayaran ng kaukulang halaga. Ginawa niya ito dahil wala siyang kahit anong bahid ng pag-iimbot sa puso niya. Dahil hindi kanya, hindi niya inisip na mapasakanya (Genesis 23:9-19).

Bukod pa diyan, minahal ni Abraham ang Diyos at sumunod siya sa Kanyang salita. Namuhay siya nang tapat at may integridad. Kaya sa buhay niya dito sa mundo hindi lang biyayang materyal kundi biyaya ng mahabang buhay, kasikatan, kapangyarihan, mga inapo at iba pa ang napasakanya. Tumanggap din siya ng espirituwal na biyaya nang tawagin siyang 'kaibigan ng Diyos.'

Ang Biyayang espirituwal Ay Mahigit Pa Sa Biyayang Materyal

Kung minsan, may mga nagtatanong, "Mukha namang mabuting mananampalataya ang taong iyan, bakit kaya hindi siya tumatanggap ng maraming biyaya?" Kung ang taong iyan ay tunay na tagasunod ni Cristo at namumuhay sa araw-araw nang may tunay na pananalig, makikita nating pinagpapala siya ng Diyos ng pinakamagandang mga bagay.

Tulad ng nasusulat sa 3 Juan 1:2, *"Minamahal, aking*

idinadalangin na sa lahat ng mga bagay ay mapabuti ka at magkaroon ng kalusugan, kung paanong nasa mabuti ring kalagayan ang iyong kaluluwa," pinagpapala tayo ng Diyos para maging payapa ang ating kaluluwa, bago ang lahat. Kung namumuhay tayong katulad ng banal na anak ng Diyos, itinatakwil lahat ng kasamaan mula sa ating mga puso at sumusunod sa Kanyang mga utos, tiyak na pagpapalain tayo ng Diyos para lahat ay maging maayos kasama na ang ating kalusugan.

Pero kung may tao – na ang kaluluwa ay hindi masagana – ngunit parang napakaraming materyal na biyaya ang tinatanggap, hindi natin masasabing galing ito sa Diyos. Kung gayon, ang kanyang mga kayamanan ay maaaring naging dahilan ng kanyang kasakiman. Ang kanyang kasakiman ay maaaring panggalingan ng kasalanan, at sunod doon ay maaaring mapalayo siya sa Diyos.

Kapag nasa mahirap na sitwasyon, umaasa sa Diyos ang mga taong may malinis na puso at masipag na naglilingkod sa Kanya nang may pag-ibig. Pero kadalasan, pagkatanggap ng mga materyal na biyaya sa negosyo o trabaho, nagnanasa sila ng mas maraming bagay sa mundo at magsisimulang magdahilan sa pagiging abala, at sa bandang huli ay napapalayo sa Diyos. Kapag maliit ang tinutubo o ang sweldo, nagbibigay sila ng ikapu ng buong puso bilang pasasalamat. Pero kung ang kanilang kinikita ay lumalaki, at dapat ding itaas ang kanilang ikapu, madaling magbago ang isip, nakakalimot agad sa salita ng Diyos at sa huli ay natutulad sa mga tao sa sekular na mundo, at ang mga biyaya na tinanggap ay nauuwi sa kasawiang-palad.

Subalit ang mga taong masagana ang kaluluwa ay hindi mag-iimbot ng makamundong bagay, at kahit makatanggap sila ng dangal at yaman mula sa Diyos, hindi sila magiging sakim. At hindi sila magmamaktol o magrereklamo dahil wala silang anumang pag-aari sa mundo; sa halip maluwag sa kalooban nilang mag-alay ng lahat ng kanilang ari-arian – kahit ang kanilang buhay – para sa Diyos.

Ang mga taong payapa ang kaluluwa ay mag-iingat sa kanilang pananalig at maglilingkod sa Diyos anumang kalagayan nila. Ginagamit nila ang mga biyayang natanggap mula sa Diyos para sa Kanyang kaharian at kaluwalhatian. At dahil ang mga taong may masaganang kaluluwa ay hindi hahabol ni katiting sa mga makamundong kasiyahan, o magliliwaliw sa paghahanap ng paglilibangan, o lalakad patungo sa daan ng kamatayan, pagpapalain sila ng masagana at higit pa.

Kaya ang espirituwal na biyaya ay higit na mahalaga kaysa pisikal na biyaya ng mundong ito na nawawala tulad ng hamog. Kaya higit sa lahat, kailangan muna tayong tumanggap ng espirituwal na pagpapala.

Hindi Tayo Dapat Maghangad Ng Biyaya Ng Diyos Para Bigyang-Kasiyahan Ang Makamundong Pagnanasa

Kahit na hindi pa natin natatanggap ang espirituwal na biyaya ng kasaganahan ng ating kaluluwa, kung patuloy tayong lalakad sa daan ng katuwiran at hahanapin ang Diyos nang may pananalig, bubusugin Niya tayo sa tamang panahon. Dumadalangin ang mga tao na mangyari agad ang mga bagay-bagay; subalit may panahon at oras ang bawat bagay sa ilalim ng langit, at alam ng Diyos ang tamang panahon. May mga panahong pinaghihintay tayo ng Diyos para mabigyan Niya tayo ng mas higit na biyaya.

Kapag humihingi tayo sa Diyos ng isang bagay nang may tunay na pananalig, makakatanggap tayo ng kapangyarihan na patuloy na manalangin hanggang makatanggap tayo ng kasagutan. Ngunit kung humihingi tayo sa Diyos ng isang bagay na makamundo, kahit gaano pa ang pananalangin natin hindi tayo tatanggap ng pananalig na tunay na maniwala, at hindi natin tatanggapin ang sagot Niya.

Isinasaad ng Santiago 4:2-3, *"Kayo'y wala, sapagkat hindi kayo humihingi. Kayo'y humihingi, at hindi tumatanggap, sapagkat humihingi kayo sa masamang dahilan, upang gugulin ninyo ito sa inyong mga kalayawan."* Hindi tayo sinasagot ng Diyos kapag humihingi tayo para masiyahan ang makamundong pagnanasa. Kung ang isang estudyante ay humihingi sa kanyang magulang ng pera para bumili ng bagay na hindi niya dapat bilhin, hindi siya dapat bigyan ng pera.

Kaya hindi tayo dapat manalangin at maghangad sa sarili nating pag-iisip, kundi sa kapangyarihan ng Banal na Espiritu, hanapin natin ang mga bagay na naaayon sa kalooban ng Diyos (Judas 1:20). Alam ng Banal na Espiritu ang puso ng Diyos, at nauunawaan Niya ang malalalim na bagay tungkol sa Diyos. Kaya kapag umaasa ka sa gabay ng Banal na Espiritu sa pananalangin mo, agad kang makakatanggap ng sagot ng Diyos sa mga panalangin mo.

Paano tayo aasa sa gabay ng Banal na Espiritu at mananalangin ayon sa kalooban ng Diyos?

Una, dapat may sandata tayo ng salita ng Diyos, at isabuhay ang salita Niya para ang puso natin ay maging katulad ng kay Jesu-Cristo. Kung may puso tayong tulad ng kay Cristo, natural lang na dadalangin tayo ng naaayon sa kalooban ng Diyos, at mabilis tayong makakatanggap ng sagot sa ating mga dalangin. Dahil ang Banal na Espiritu na nakakaalam sa puso ng Diyos ay magbabantay sa puso natin para makahiling tayo ng mga bagay na talagang kailangan natin.

Gaya ng sinasabi sa Mateo 6:33, *"Ngunit hanapin muna ninyo ang Kanyang kaharian at ang Kanyang katuwiran, at ang lahat ng mga bagay na ito ay pawang idaragdag sa inyo,"* hanapin natin ang Diyos at ang Kanyang kaharian una sa lahat, tapos ay hingin natin ang ating kailangan. Kung mananalangin ka ayon sa kalooban ng Diyos, mararanasan mo ang pagbuhos ng Kanyang biyaya sa buhay mo kaya ang saro ay aapaw sa bawat pangangailangan mo dito sa lupa, at higit pa diyan.

Kaya dapat tayong magpatuloy sa tunay at buong pusong pananalangin sa Diyos. Kapag nag-iipon tayo ng makapangyarihang mga dalangin sa gabay ng Banal na Espiritu sa bawat araw, ang pag-iimbot o likas na kasalanan ay maiwawaksi nang lubos sa puso natin, at tatanggapin natin kung anuman ang hilingin sa panalangin.

Si apostol Pablo ay mamamayan ng Emperyo ng Roma at nag-aral kay Gamaliel, ang pinakamahusay, at pinakakilalang iskolar sa kanyang panahon. Subalit hindi interesado si Pablo sa mga bagay dito sa mundo. Dahil kay Cristo, itinuturing niyang basura ang lahat. Katulad ni Pablo, ang dapat nating mahalin at naisin ay ang mga turo ni Jesu-Cristo, o ang salita ng katotohanan.

Kahit pa makuha natin ang kayamanan ng buong mundo, karangalan, kapangyarihan at iba pa, kung wala naman tayong buhay na walang hanggan, ano ang halaga ng mga ito? Pero kung katulad ni apostol Pablo ay iwawaksi natin ang lahat ng yaman sa mundo at mamumuhay ng naaayon sa kalooban ng Diyos, tiyak na pagpapalain tayo ng Diyos upang maging masagana ang ating kaluluwa. At tatawagin tayong "dakila" sa langit, at magiging matagumpay din sa lahat ng bahagi ng ating buhay dito sa lupa.

Kaya dalangin kong maiwaksi mo ang kahit na anong kasakiman at pag-iimbot sa puso at buhay mo, habang masigasig na nasisiyahan sa kung anong mayroon ka, habang umaasa sa langit. At alam kong mamumuhay ka ng isang buhay na umaapaw sa pagpapasalamat at kagalakan.

Kabanata 12

Ang Batas ng Pananatili sa Diyos

Mga Kawikaan 8:17

"Iniibig Ko silang sa Akin ay umiibig, at Ako'y natatagpuan ng humahanap sa Aking masigasig."

Sa Mateo 22, may pangyayaring nagtanong ang isa sa mga Fariseo kay Jesus kung ano ang pinakadakilang utos sa batas.

Sagot ni Jesus, *"'Ibigin mo ang Panginoon mong Diyos nang buong puso mo, at nang buong kaluluwa mo, at nang buong pag-iisip mo.' Ito ang dakila at unang utos. At ang pangalawa ay katulad nito, 'Ibigin mo ang iyong kapwa na gaya ng iyong sarili.' Sa dalawang utos na ito nakasalig ang buong kautusan at ang mga propeta"* (Mateo 22:37-40).

Ibig sabihin na kung mahal natin ang Diyos nang buong puso at nang buong kaluluwa at nang buong pag-iisip at mahal natin ang ating kapwa gaya ng ating sarili, higit tayong madadalian sa pagsunod sa iba pang mga utos.

Kung tunay nating minamahal ang Diyos, paano tayo gagawa ng mga kasalanan na kinamumuhian ng Diyos? At kung mahal natin ang ating kapwa tulad ng pagmamahal natin sa sarili, paano tayo makakagawa ng kasamaan laban sa kanila?

Bakit Ibinigay Ng Diyos Sa Atin Ang Kanyang Mga Utos

Bakit kaya nag-abala pa ang Diyos na ibigay sa atin ang bawat isa sa Sampung Utos, sa halip na sabihin sa ating 'Mahalin mo ang Diyos at mahalin mo ang kapwa gaya ng iyong sarili'?

Dahil noong panahon ng Lumang Tipan, bago pa bumaba

ang Banal na Espiritu, mahirap para sa mga tao ang magmahal ng tapat sa puso nila mula sa sarili nilang kalooban. Kaya sa pamamagitan ng Sampung Utos, na nagbigay sa mga Israelita ng mga nararapat na tutuparin, ginabayan sila ng Diyos para mahalin at matakot sa Kanya, at mahalin din ang kapwa sa pamamagitan ng paggawa.

Napag-aralan na natin ang bawat utos, ngayon naman tingnan natin ang mga utos bilang dalawang malaking grupo: pagmamahal sa Diyos, at pagmamahal sa kapwa.

Ang mga utos mula una hanggang ikaapat ay maaaring ibuod sa ganito, "Mahalin mo ang Panginoon mong Diyos nang buong puso at nang buong kaluluwa at nang buong isipan." Pinaglilingkuran tanging ang Diyos na Manlilikha, hindi gumagawa ng diyos-diyosan o sumasamba sa mga ito, nag-iingat na huwag banggitin sa maling paraan ang pangalan ng Diyos, at pinananatiling banal ang araw ng Sabbath ay mga paraan ng pagmamahal sa Diyos.

Ang mga utos mula ikalima hanggang ikasampu ay maaaring ibuod sa ganito, "Mahalin mo ang iyong kapwa tulad ng iyong sarili." Pagpaparangal sa mga magulang, babala laban sa pagkitil ng buhay, pagnanakaw, pagsisinungaling, pag-iimbot at iba pa ay mga paraan ng paghadlang ng masamang gawain laban sa iba o sa ating kapwa. Kung mahal natin ang kapwa tulad sa ating sarili, ayaw nating dumaan pa sila sa hirap, kaya maaari nating masunod ang mga utos na ito.

Dapat Nating Mahalin Ang Diyos Mula Sa Kaibuturan Ng Ating Puso

Hindi tayo pinipilit ng Diyos na sundin ang Kanyang mga utos. Ginagabayan Niya tayo para sundin ang mga ito bilang pagmamahal sa Kanya.

Nasusulat sa Mga Taga-Roma 5:8, *"Subalit pinatutunayan ng Diyos ang Kanyang pag-ibig sa atin, na noong tayo'y mga makasalanan pa, si Cristo ay namatay para sa atin."* Ang Diyos ang unang nagpamalas ng Kanyang dakilang pag-ibig sa atin.

Mahirap makatagpo ng isang taong papayag na mamatay na kahalili o sa lugar ng isang mabuti o matuwid na tao, o kahit na sa isang malapit na kaibigan. Pero ibinigay ng Diyos ang kaisa-isang Anak na si Jesu-Cristo para mamatay sa halip na ang mga makasalanan para mapalaya sila sa sumpa sa ilalim ng Batas. Nagpamalas ang Diyos ng pag-ibig na lumalampas pa sa katuwiran.

At tulad ng nasusulat sa Mga Taga-Roma 5:5, *"At hindi tayo binibigo ng pag-asa, sapagkat ang pag-ibig ng Diyos ay ibinuhos sa ating mga puso sa pamamagitan ng Espiritu Santo na ibinigay sa atin."* Ibinibigay ng Diyos ang Banal na Espiritu bilang handog sa lahat ng Kanyang mga anak na tatanggap kay Jesu-Cristo, para maunawaan nila ang pag-ibig ng Diyos.

Kaya ang mga naligtas sa pamamagitan ng pananampalataya at nabautismuhan sa tubig at Banal na Espiritu ay maaaring magmahal sa Diyos hindi lang sa kanilang isipan, kundi sa kaibuturan ng kanilang mga puso, pinapayagang manatili sa Kanyang mga utos dahil sa pag-ibig sa Kanya.

Ang Una O Orihinal Na Kalooban Ng Diyos

Sa simula pa lang, nilikha ng Diyos ang tao dahil nais Niyang magkaroon ng tunay na mga anak na iibigin Niya at iibig din sa Kanya sa sarili nilang nais. Ngunit kung may isang sumusunod sa lahat ng utos ng Diyos nang hindi naman nagmamahal sa Diyos, papaano natin masasabing siya ay tunay na anak ng Diyos?

Ang taong binabayaran sa kanyang trabaho ay hindi magmamana ng negosyo ng kanyang amo, pero ang anak ng amo na ibang-iba kumpara sa trabahador ay maaaring manahin ang negosyo. Gayon din naman, ang mga sumusunod sa lahat ng utos ng Diyos ay maaaring tumanggap ng lahat ng ipinangakong biyaya, pero kung hindi nila nauunawaan ang pag-ibig ng Diyos, hindi sila maaaring maging tunay na anak ng Diyos.

Kaya ang sinumang nakakaunawa ng pag-ibig ng Diyos at nananatili sa utos Niya ay magmamana ng langit at maaaring tumira sa pinakamagandang bahagi ng langit bilang tunay na anak ng Diyos. At mamumuhay siya ng maluwalhati, kasing ningning ng araw magpakailanman kapiling ng Ama.

Nais ng Diyos na ang lahat ng tumanggap ng kaligtasan sa pamamagitan ng dugo ni Jesu-Cristo at mga nagmamahal sa Kanya sa kaibuturan ng kanilang puso ay manahanan kasama Niya sa Bagong Jerusalem kung saan naroon ang Kanyang trono, at makibahagi sa pag-ibig Niya sa walang hanggan. Kaya sinabi ni Jesus sa Mateo 5:17, *"Huwag ninyong isiping pumarito Ako upang sirain ang kautusan o ang mga propeta; pumarito Ako hindi upang sirain, kundi upang tuparin ang mga ito."*

Katunayan Kung Gaano Natin Kamahal Ang Diyos

Matapos lang nating maunawaan ang tunay na dahilan kung bakit ibinigay sa atin ng Diyos ang Kanyang mga utos, doon lang natin matutupad ang Batas, sa pamamagitan ng pag-ibig natin sa Diyos. Dahil nasa atin na ang mga utos, o ang batas, maaari na nating ipamalas ang 'pag-ibig' na isang mahirap unawaing konsepto na hindi makikita ng pisikal na mata.

Kung may mga taong nagsasabi, "Diyos, minamahal kita ng buong puso ko, kaya pagpalain Mo ako." Paano mapapatunayan ng Diyos ng katuwiran ang kanilang sinasabi kung walang pagbabatayan bago sila pagpalain? Dahil mayroon na tayong pagbabatayan, ang mga utos o ang Batas, makikita na kung totoong mahal nila ang Diyos ng buong puso nila. Kung bibigkasin nila na mahal nila ang Diyos pero hindi naman ginagawang banal ang araw ng Sabbath gaya ng iniutos ng Diyos, makikitang hindi nila talagang mahal ang Diyos.

Kaya ang utos ng Diyos ay isang pamantayan na maaari nating pagbatayan, o tingnan bilang patunay kung gaano natin kamahal ang Diyos.

Kaya isinasaad sa 1 Juan 5:3, *"Sapagkat ito ang pag-ibig sa Diyos, na ating tuparin ang Kanyang mga utos at ang Kanyang mga utos ay hindi pabigat."*

Mahal Ko Ang Mga Nagmamahal Sa Akin

Ang mga pagpapalang natatanggap natin mula sa Diyos bilang bunga ng pagsunod sa Kanyang mga utos ay mga biyayang hindi nawawala o lumilipas.

Halimbawa, ano ang nangyari kay Daniel na nakalugod sa Diyos dahil mayroon siyang tunay na pananalig at hindi nakipagkasundo sa mundo?

Si Daniel ay nagmula sa lipi ni Juda, at nagmula sa pamilya ng mga hari. Ngunit nang magkasala laban sa Diyos ang Timog ng Juda, ginawa ni Haring Nebukadnezar ng Babilonia ang una niyang paglusob dito noong 605 B.C. Noong panahong iyon, binihag nila ang kabataang si Daniel.

Sang-ayon sa polisiya ng Hari tungkol sa kultura, si Daniel at iba pang bihag na kabataan ay napiling tumira sa palasyo ni Nebukadnezar at pinapag-aral sa ilalim ng turo ng Caldeo sa loob ng tatlong taon.

Sa panahong ito, hiniling ni Daniel na huwag silang pakainin ng pagkain at alak ng hari dahil may takot siyang madungisan ng pagkaing ipinagbabawal ng Diyos. Bilang isang bihag, wala siyang karapatang tumanggi sa pagkaing ibibigay sa kanya ng hari ngunit nais ni Daniel na manatiling malinis sa harapan ng Diyos.

At dahil nakita ng Diyos ang tapat na puso ni Daniel, kumilos Siya sa puso ng tagabantay kaya hindi na kinailangang kumain at uminom si Daniel ng pagkain at alak ng hari.

At sa paglipas ng panahon, si Daniel na nanatiling masunurin sa mga utos ng Diyos ay umasenso at naging punong ministro ng Hentil bansang Babilonia. Dahil sa hindi natitinag na pananalig ni Daniel, hindi siya nakipagkasundo sa mundo, at nalugod ang Diyos sa kanya. Kaya kahit magpalit ang mga bansa at ang mga hari, nanatiling napakabuti ni Daniel sa lahat ng aspeto ng buhay niya at patuloy siyang nakaranas ng pag-ibig ng Diyos.

Ang Mga Humahanap Sa Akin, Ako'y Matatagpuan

Makikita pa rin natin ang ganitong pagpapala sa panahon ngayon. Kung sinumang may pananalig katulad ni Daniel na hindi nakikipagkasundo sa mundo at nananatili sa mga utos ng Diyos ng may kagalakan, makikita nating pinagpapala siya ng Diyos ng umaapaw na biyaya.

Sampung taon na ang nakakalipas, isa sa mga matatanda ng iglesya ay nagtrabaho sa isa mga pangunahing kompanyang pampinansiyal sa bansa. Para maakit ang mga kliyente, nagdadaos ng regular na pagtitipon ang kompanya para makipaginuman sa kanila, at tuwing Sabado at Linggo ay nakikipaglaro ng golf. Noong panahong iyon, dyakono pa lang siya, at pagkatanggap ng posisyon at maunawaan ang pag-ibig ng Diyos, sa kabila ng makamundong kaugalian ng kompanya ay hindi siya nakipag-inuman sa mga kliyente at hindi siya lumiban sa pagsamba sa Diyos tuwing Linggo.

Isang araw, sinabihan siya ng CEO (Chief Executive Officer) o ng pinuno ng kompanya, "Pumili ka, ang kompanya o ang simbahan mo." Dahil isa siyang maprinsipyong tao, hindi siya nagdalawang-isip sa isinagot niya, "Mahalaga sa akin ang kompanyang ito, pero kung papipiliin mo ako, pipiliin ko ang aking simbahan."

Mahimalang kumilos ang Diyos sa puso ng CEO ng

kompanya, at lalong tumaas ang tiwala nito sa matanda ng iglesya. Sa huli ay nabigyan siya ng mas mataas na posisyon. Hindi lang iyan, hindi nagtagal ay nagkasunud-sunod ang pag-asenso niya, at hanggang sa naging CEO siya ng kompanya!

Kaya kapag mahal natin ang Diyos at sumusunod sa Kanyang mga utos, itinataas Niya tayo para maging mahusay sa kung anong ginagawa natin, at pinagpapala Niya tayo sa lahat ng aspeto ng buhay natin.

Hindi katulad ng mga batas sa lipunan, ang mga pangako ng Diyos ay hindi nagbabago sa paglipas ng panahon. Kahit ano pa ang kapanahunan natin, at kahit sino pa tayo, basta tayo ay sumusunod at namumuhay sang-ayon sa salita ng Diyos, makakatanggap tayo ng ipinangakong biyaya.

Ang Batas Ng Pananatili Sa Diyos

Samakatuwid, ang Sampung Utos, o ang Batas na ibinigay ng Diyos kay Moises ang nagtuturo sa atin ng pamantayan kung papaano tayo makakatanggap ng pag-ibig at biyaya ng Diyos.

Tulad ng nasusulat sa Mga Kawikaan 8:17, *"Iniibig Ko silang sa Akin ay umiibig, at Ako'y natatagpuan ng humahanap sa Aking masigasig,"* sang-ayon sa kung gaano tayo nananatili sa Kanyang batas, ganoon tayo makakatanggap ng Kanyang pag-ibig at biyaya.

Sinabi ni Jesus sa Juan 14:21, *"Siyang mayroon ng Aking mga utos at tinutupad ang mga iyon ay siyang nagmamahal sa Akin, at ang nagmamahal sa Akin ay mamahalin ng Aking Ama, at siya'y mamahalin Ko, at ihahayag Ko ang Aking sarili sa kanya."*

Tila ba mabigat o pilit ang batas ng Diyos? Kung mahal natin ang Diyos sa kaibuturan ng ating puso, masusunod natin ito. At kung tinatawag natin ang sarili na mga anak ng Diyos, natural lang na sumunod tayo dito.

Ito ang paraan para tumanggap ng pag-ibig ng Diyos, ang paraan para makapiling ng Diyos, para makasalo Siya, at para tumanggap ng mga sagot Niya sa ating mga dalangin. Ang pinakamahalaga sa lahat, ang Kanyang Batas ang naglalayo sa atin sa kasalanan at naglalapit sa atin patungong kaligtasan. Anong dakilang biyaya ang Kanyang Batas!

Ang mga ama ng pananampalataya tulad ni Abraham, Daniel at Jose, dahil nanatili sila nang husto sa Kanyang Batas ay tumanggap ng mga biyaya – itinaas sila ng kanilang mga bansa. Tumanggap sila ng mga pagpapala sa pagdating at paglabas nila sa mundong ito. Hindi lang nila tinamasa ang mga biyayang ganito sa lahat ng aspeto ng kanilang mga buhay, kundi tumanggap sila ng biyayang makapasok sa kaluwalhatian na kasing ningning ng araw sa langit.

Dalangin ko sa pangalan ng Panginoon na magpatuloy

kayong makinig sa salita ng Diyos at masiyahan sa Batas ng PANGINOON at pagbulay-bulayan ito araw at gabi, upang manatili nang lubos dito.

"Isaalang-alang Mo kung paanong iniibig ko ang mga tuntunin Mo!
Muling buhayin Mo ako ayon sa tapat na pag-ibig Mo.
May dakilang kapayapaan ang mga umiibig sa Iyong kautusan,
walang anumang sa kanila ay makapagpapabuwal.
O PANGINOON, sa Iyong pagliligtas ay umaasa ako,
at tinutupad ko ang mga utos Mo.
Awitin nawa ng aking dila ang Iyong salita,
sapagkat lahat ng mga utos Mo ay matuwid"
(Mga Awit 119:159, 165, 166, 172).

Ang May-Akda:
Dr. Jaerock Lee

Si Dr. Jaerock Lee ay ipinanganak sa Muan, Jeonnam Province, Republika ng Korea, noong 1943. Sa kanyang taong mga dalawampu, si Dr. Lee ay nagdusa mula sa iba't ibang sakit na walang kalunasan sa loob ng pitong taon at naghihintay ng kamatayan na walang pag-asang gagaling pa. Isang araw noong pabahon ng tag-sibol 1974, manapa, siya ay sinamahan sa isang simbahan ng kanyang kapatid na babae at nang siya ay lumuhod na upang manalangin, ang Buhay na Diyos ay kagyat na pinagaling siya sa lahat ng kanyang mga sakit.

Mula ng sandaling makatagpo ni Dr. Lee ang buhay na Diyos sa pamamagitan ng napaka-gandang karanasan, minahal niya ang Diyos ng buong puso at sinseridad, at noong 1978 siya ay tinawag na maging lingkod ng Diyos. Siya ay mataimtim na nanalangin ng sa gayon kanyang maliwanag na maunawaan ang kalooban ng Diyos, buong-buo na itinaguyod ito at sinunod ang lahat ang mga Salita ng Diyos. Noong 1982, pinasimulan niya ang Manmin Central Church sa Seoul, Korea, at ang napakaraming mga gawa ng Diyos, kasama na ang mga mahimalang pagpapa-galing at mga himala, ay nangyari sa kanyang simbahan.

Noong 1986, si Dr. Lee ay na-ordinahan bilang pastor sa taunang pagtititipon ng Assembly of Jesus' Sungkyul Church sa Korea, at apat na taon ang lumipas noong 1990, ang kanyang mga mensahe ay nagsimulang maisahimpapawid sa Australia, Russia, sa Pilipinas, at sa marami pa sa pamamagitan ng Far East Broadcasting Company, ang Asia Broadcast Station, at sa Washington Christian Radio System.

Tatlong taon pa ang lumipas noong 1993, ang Manmin Central Church ay piniling isa sa mga 50 Nangungunang Simbahan sa Mundo, mula sa *Christian World* magazine (US) at tinanggap niya ang Parangal bilang Doctor of Divinity mula sa Christian Faith College, Florida, USA at noong 1996 isang Ph.D. sa Ministeryo mula sa Kingsway Theological Seminary, Iowa, USA.

Mula 1993, si Dr. Lee ang siyang nanguna sa pandaigdigang pagmimisyon sa pamamagitan ng mga krusada sa ibayong dagat sa; Tanzania, Argentina, L.A., Baltimore City, Hawaii, at New York ng Estados Unidos, Uganda, Japan, Pakistan, Kenya, ang Pilipinas, Honduras, India, Russia, Germany, Peru, Democratic Republic of Congo, at Israel. Noong 2002 siya ay tinawag na "pandaigdigang pastor" ng mga pangunahing Pahayagang Krisitiyano sa Korea para sa kanyang mga gawa sa iba't ibang bansa Malakihang Nagkakaisang Krusada.

Nitong Hulyo 2014, ang Manmin Central Church ay may bilang ng kaanib na 120,000 miyembro. Mayroong mga 10,000 sangay sa sariling Bansa at sa ibayong Dagat sa iba't ibang panig ng mundo, at sa kasalukuyan mayroong mahigit 129 misyonero ay naipadala na sa 23 mga bansa, kabilang na ang Estados Unidos, Russia, Germany, Canada, Japan, China, France, India, Kenya at sa marami pa.

Sa petsa ng paglalathala ng Taga-paglimbag nito, si Dr. Lee ay nakasulat na ng 87 na mga aklat, kabilang na ang pinakamabiling aklat ang Malasahan ang *Walang Hanggang Buhay bago ang Kamatayan, Buhay Ko, Pananalig Ko I & II, Ang Mensahe ng Krus, Ang Sukat ng Pananampalataya, Langit I & II, Impiyerno* at *Ang Kapangyarihan ng Diyos*. Ang kanyang mga aklat ay isinalin na sa mahigit na 76 na wika.

Ang kanyang Kristiyanong lathala ay nakikita sa *Ang Hankook Iibo, Ang JoongAng Daily, Ang Dong-A Iibo, Ang Chosun Ilbo, Ang Munhwa Ilbo, Ang Seoul Shinmun, Ang Kyunghyang Shinmun, Ang Korean Economic Daily, Ang Korea Herald, Ang Shisa News,* at *Ang Christian Press.*

Si Dr. Lee ang kasalukuyang pinuno ng maraming samahang pangmisyonero at mga asosasyon; kasama na ang pagiging Chairman, The United Holiness Church of Jesus Christ, Presidente, Manmin World Mission; Chairman, Global Christian Network (GCN); Tagapag-tatag at Punong kinatawan, World Christian Doctors Network (WCDN); at Tagapag-tatag & punong kinatawan, Manmin International Seminary (MIS).

Iba pang makapangyarihang mga aklat ni Dr. Lee:

Langit I & II

Detalyadong paglalarawan ng napakaringal na tahanan na matatamasa ng mga tao sa langit at ang napakagandang mga antas ng kaharian ng langit.

Ang Mensahe ng Krus

Makapangyarihang mensahe para sa lahat ng taong espirituwal na natutulog! Sa aklat na ito makikita ang dahilan kung bakit si Jesus ang tanging Tagapagligtas at ang tunay na pag-ibig ng Diyos.

Impierno

Isang madamdaming mensahe sa lahat ng nilalang mula sa Diyos, na may kahilingang wala sanang mapahamak na kaluluwa patungo sa kalaliman ng Impierno! Iyong madidiskubre ang hindi pa naihahayag na nakaraan na talaan ng nakapangingilabaot na katotohanan ng Mababang Libingan at Impierno.

Espiritu, Kaluluwa, at Katawan I & II

Sa pamamagitan ng espirituwal na pagkilala tungkol sa espiritu, kaluluwa, at katawan, na siyang bumubuo sa tao makikilala din ng magbabasa ang 'sarili' niya at magkakaroon siya ng maliwanag na pagkaunawa tungkol sa buhay mismo.

Ang Sukat ng Pananampalataya

Anong uri ng tahanan, korona at mga gantimpala ang nakalaan sa iyo sa langit? Ang aklat na ito ay nagbibigay ng karunungan at gabay sa iyo para sukatin ang iyong pananalig at pagyamanin ang pinakamabuti at pinakaganap na pananalig.

Gumising Israel

Bakit nananatiling nakatuon ang Paningin ng Diyos sa Israel mula pa nang simula ng mundo hanggang sa araw na ito? Anong uring Probidensya mayroon Siya na inihanda para sa Israel sa huling araw, na naghihintay sa Mesias?

Buhay Ko, Pananalig Ko I & II

Napakabangong espirituwal na samyo na kinatas sa buhay na umusbong sa walang kaparis na pagmamahal para sa Diyos, sa gitna ng madidilim na alon, malamig na pamatok at ang pinakamalalim na desperasyon.

Ang Kapangyarihan ng Diyos

Ang higit na binabasa na nagsisilbing gabay na kung saan ang isa ay makapang-hahawak ng tunay na pananampalataya at maranasan ang kahanga-hangang kapangyarihan ng Diyos.

www.urimbooks.com

www.ingramcontent.com/pod-product-compliance
Lightning Source LLC
LaVergne TN
LVHW041804060526
838201LV00046B/1121